Minna no Nihongo

みんなの日本語

Trung cấp II

中級 II 翻訳・文法解説 ベトナム語版
Bản dịch và Giải thích Ngữ pháp

スリーエーネットワーク

© 2016 by 3A Corporation

All rights reserved. No part of this publication may be reproduced, stored in a retrieval system, or transmitted in any form or by any means, electronic, mechanical, photocopying, recording, or otherwise, without the prior written permission of the Publisher.

Published by 3A Corporation.
Trusty Kojimachi Bldg., 2F, 4, Kojimachi 3-Chome, Chiyoda-ku, Tokyo 102-0083, Japan

ISBN 978-4-88319-727-9 C0081

First published 2016
Printed in Japan

Lời Nói Đầu

Minna no Nihongo Chukyu II (Tiếng Nhật cho mọi người, Chương trình trung cấp II) là giáo trình tiếng Nhật trung cấp tổng hợp được lên kế hoạch, biên soạn tiếp nối cho cuốn **Minna no Nihongo Chukyu I** thuộc sê-ri **Minna no Nihongo**.

Với việc đảm bảo tính tiếp nối từ cấp độ sơ cấp lên cấp độ trung cấp cho người học, tính dễ hiểu của các nội dung học chính và đáp ứng nhiều ngôn ngữ, cuốn giáo trình **Minna no Nihongo Chukyu I** hiện đang được sử dụng rộng rãi không chỉ cho đối tượng người học trưởng thành nói chung mà còn được sử dụng như là một giáo trình tiếng Nhật cho các du học sinh ở các cơ sở giáo dục tiếng Nhật cả trong và ngoài Nhật Bản.

Những năm gần đây, cùng với khuynh hướng gia tăng số người nước ngoài định cư ở Nhật Bản đã kéo theo sự giao lưu quốc tế phát triển mạnh ở nhiều lĩnh vực, các hoạt động tại cộng đồng giữa người Nhật và người nước ngoài cũng trở nên thường xuyên hơn, đa dạng hơn.

Trong bối cảnh đa dạng hoá của môi trường trong nước và sự gia tăng của lớp người học tiếng Nhật như thế, công ty chúng tôi đã nhận được yêu cầu từ nhiều phía để xuất bản cuốn **Minna no Nihongo Chukyu II** tiếp nối cuốn **Minna no Nihongo Chukyu I**.

Để đáp ứng những yêu cầu đó, cuốn sách này đã được đúc rút, biên soạn dựa trên thành quả của quá trình viết, sử dụng thử, đánh giá bởi sự hợp lực giữa các giáo viên tiếng Nhật nhiều kinh nghiệm thực tiễn và các nhà nghiên cứu.

Ở cấp độ tiếng Nhật sơ cấp thì việc những người cần giao tiếp bằng tiếng Nhật có thể truyền tải những suy nghĩ của bản thân, hay việc có thể hiểu được nội dung mà người khác nói là điều kiện tối thiểu cần đạt được, thì ở cấp độ trung cấp thành quả có được từ việc học không chỉ là năng lực vận dụng tiếng Nhật mà nó chuyển sang giai đoạn người học có thể nắm bắt được những nét văn hoá, phong tục đặc trưng của Nhật Bản, tâm hồn Nhật Bản, và hơn thế, người học cảm nhận được niềm vui, niềm hứng khởi từ chính việc học tiếng Nhật. Chúng tôi tin rằng cuốn sách này thoả mãn được đầy đủ những yêu cầu đó của người học.

Cuối cùng, chúng tôi xin được bày tỏ lòng cảm ơn sâu sắc đến tất cả các quý vị đã có những góp ý, đề xuất cho chúng tôi trong quá trình biên soạn và các quý vị đã hỗ trợ chúng tôi trong việc đưa cuốn sách vào sử dụng thử trong các giờ học, v.v..

Thời gian tới, thông qua công tác phát triển và xuất bản những giáo trình cần thiết cho việc giao tiếp giữa các nền văn hoá khác nhau, công ty chúng tôi mong muốn mở rộng mạng lưới kết nối con người với con người ở khắp nơi với nhau.

Chúng tôi mong muốn nhận được nhiều hơn sự ủng hộ và động viên của quý vị.

Tháng 3 năm 2012
Công ty cổ phần 3A Corporation
Giám đốc Takuji Kobayashi

Những Chú Thích Gửi Đến Bạn Đọc

I. Cấu trúc của giáo trình

Minna no Nihongo Chukyu II bao gồm *Quyển chính (kèm CD)* và *Bản dịch và Giải thích Ngữ pháp (bản dịch ra các ngôn ngữ)* đi kèm. *Bản dịch và Giải thích Ngữ pháp* dự kiến lần lượt sẽ được dịch ra các ngôn ngữ khác ngoài bản tiếng Anh.

Cuốn giáo trình này là giáo trình ở cuối cấp độ trung cấp, được biên soạn với mục tiêu hỗ trợ người học đã hoàn thành nội dung học trong các giáo trình: **Minna no Nihongo Shokyu I, II** (sơ cấp; 300 giờ) và **Minna no Nihongo Chukyu I** (trung cấp; 150 giờ) phát triển năng lực ngôn ngữ tổng hợp gồm các kỹ năng nói/nghe, đọc/viết và năng lực tự học cần thiết cho giai đoạn chuyển tiếp từ cấp độ trung cấp sang cấp độ cao cấp.

Cấu trúc mỗi bài học của **Minna no Nihongo Chukyu II** được bố trí theo trình tự là đọc/viết, nói/nghe, ngữ pháp/luyện tập, bài tập. Trình tự này được cân nhắc bố trí khác với trình tự trong **Minna no Nihongo Shokyu I, II** và **Minna no Nihongo Chukyu I** nhằm đem đến hiệu quả học tập tốt hơn cho người học ở cấp độ cuối trung cấp này.

II. Nội dung của giáo trình

1. Quyển chính (kèm CD)
(1) Các bài học

Cấu trúc và nội dung của các bài học trong **Minna no Nihongo Chukyu II** được bố trí như sau:

1) Đọc/Viết

Ở phần này, chúng tôi đã chuẩn bị các chủ đề đáp ứng sở thích, sự quan tâm của người học và các bài đọc với nội dung phù hợp với cấp độ học.

Các bạn đừng bận tâm vào các từ ngữ mới xuất hiện mà tham khảo phần 「読むときのポイント」(các điểm cần lưu ý khi đọc) rồi đọc hết toàn bài và nắm đại ý của bài đọc. Từ vựng mới xuất hiện của mỗi bài sẽ được cung cấp trong cuốn *Bản Dịch và Giải thích Ngữ pháp* bán riêng. Tuy nhiên, các bạn nên trải nghiệm việc đọc thực sự bằng cách đoán ý nghĩa của từ trong mạch văn hoặc dùng từ điển để xác nhận, v.v...

1. 考えてみよう (Hãy nghĩ về nó)

   Đây là phần để người học khởi động, chuẩn bị những kiến thức liên quan đến chủ đề của bài đọc chính và bối cảnh câu chuyện trước khi đọc nó.

2. 読もう (Hãy đọc)

   Ngay đầu tiên sẽ có phần 「読むときのポイント」(các điểm cần lưu ý khi đọc), phần này sẽ đưa ra các gợi ý về cách đọc, chiến lược đọc và kỹ năng đọc cần thiết cho việc hiểu nội dung và nắm bắt tổng thể bài đọc. Mục đích là giúp người đọc tập trung vào diễn tiến của đoạn văn và có thể nắm được nhanh chóng, chính xác đại ý của bài đọc.

3. 確かめよう (Hãy xác nhận lại)

Phần này để xác nhận lại xem những nhiệm vụ nêu ra trong 「読むときのポイント」 (các điểm cần lưu ý khi đọc) đã được thực hiện đúng chưa, đã nắm được nội dung chính của toàn bài hay chưa, hoặc là để xác nhận lại xem đã hiểu được ý nghĩa của từ ngữ trong mạch văn hay chưa.

4. 考えよう・話そう (Hãy suy nghĩ/Hãy nói)

Ở phần này người học được yêu cầu suy nghĩ về những vấn đề liên quan đến bài đọc chính, đưa ra ý kiến, nói chuyện với nội dung hoàn chỉnh dựa vào kinh nghiệm của bản thân hoặc những điều bản thân cảm nhận.

5. チャレンジしよう (Hãy thử sức)

Ở phần này, người học được yêu cầu làm việc với những chủ điểm được phát triển từ nội dung của bài đọc và tóm tắt suy nghĩ của mình về những chủ điểm đó trong hình thức một bài viết ngắn. Để hỗ trợ cho việc này thì những từ ngữ liên quan sẽ được cung cấp, hình thức bài viết, số chữ của bài viết (200-800 chữ), cách triển khai của bài viết được chỉ định rõ.

2) Nói/Nghe

Phần Nói/Nghe trong **Chukyu II** bao gồm nội dung học các chủ đề/chức năng có liên quan với phần Đọc/Viết.

Phần đầu (bài 13 đến bài 18) với trọng tâm là các tình huống giao tiếp xã giao/giao lưu sẽ vun đắp cho người học năng lực hội thoại có thể dùng được các cách nói thích hợp ứng với chủ đề, nội dung, đối tượng giao tiếp. Ở phần 「会話」 (Hội thoại) sẽ cung cấp các ví dụ giao tiếp thực tế (đồng cảm, khen ngợi, khiêm tốn, an ủi, khích lệ, cách dùng của các biểu hiện lịch sự, v.v...).

Phần sau (bài 19 đến bài 24) cung cấp nhiều tình huống phát biểu bằng lời nói như: chào hỏi, phỏng vấn, phát biểu (truyền đạt thông tin), thảo luận, hùng biện, phỏng vấn xin việc, v.v... Nó đưa ra các hướng dẫn về chủ đề hội thoại, cung cấp thông tin, dữ liệu, và các biểu hiện hội thoại cụ thể có xét đến người nghe, các chỉ dẫn về cách nói.

1. やってみよう (Hãy làm thử)

Phần này dẫn nhập vào bài hội thoại mục tiêu. Người học theo các yêu cầu của bài, dùng vốn tiếng Nhật của mình để nói thử về những tình huống được đưa ra xem mình nói được mức độ nào.

2. 聞いてみよう (Hãy nghe thử)

Ở phần này, người học nghe nội dung, các biểu hiện hội thoại được đưa ra trong phần CD 「会話・発表」 (Hội thoại/Phát biểu).

3. もう一度聞こう (Hãy nghe lại một lần nữa)

Ở phần này, người học vừa nghe CD vừa điền vào _____ , hoàn thành phần 「会話・発表」 (Hội thoại/Phát biểu).

4. 言ってみよう (Hãy nói thử)

Ở phần này, người học vừa xem tranh vừa chú ý đến ngữ điệu của bài hội thoại rồi thử lặp lại theo CD.

5. 練習をしよう (Hãy luyện tập)

Ở phần này, người học dùng các từ chức năng và các cách nói được sử dụng trong 「会話・発表」 (Hội thoại/Phát biểu) rồi thay đổi tình huống, thiết đặt tình huống và luyện tập hội thoại.

6. チャレンジしよう (Hãy thử sức)

Ở phần này, với tình huống được đưa ra, người học tiến hành hội thoại có vận dụng các từ chức năng được cho là mục tiêu của bài học đó.

3) Ngữ pháp/Luyện tập

Phần Ngữ pháp/Luyện tập ở mỗi bài đều được chia ra thành Đọc/Viết và Nói/Nghe.

1. Các mẫu ngữ pháp (mẫu câu) trong Đọc/Viết và Nói/Nghe được chia thành hai phần là *Các mẫu lí giải* và *Các mẫu thực hành*.

2. Cả *Các mẫu lí giải* và *Các mẫu thực hành* đều được trình bày dưới dạng một câu tiêu đề trích ra từ trong phần Đọc/Viết và Nói/Nghe. Phần các mẫu ngữ pháp được biểu thị bởi chữ nét đậm.

3. Ở phần *Các mẫu lí giải*, các câu ví dụ được cung cấp để thúc đẩy sự nắm bắt của người học, và bài tập gồm hai sự lựa chọn a. hay b. được đưa ra để người học kiểm tra xem mình đã hiểu đúng ý nghĩa, chức năng của mẫu câu hay chưa.

4. Ở phần *Các mẫu thực hành*, người học sau khi nắm bắt các mẫu ngữ pháp qua các câu ví dụ sẽ làm nhiều dạng bài tập được thiết kế nhằm giúp họ thực hành các mẫu câu và kết nối chúng với lời nói của họ hàng ngày.

4) Bài tập

Bài tập ở cuối mỗi bài bao gồm phần nghe (biểu thị bởi biểu tượng CD) và phần đọc hiểu. Bài tập không chỉ bao gồm các mẫu câu hay từ vựng, cách nói đã học trong bài đó mà chúng tôi đã chọn đưa vào các tình huống, nội dung của Hội thoại/Phát biểu, các bài viết, bài báo trên cơ sở chú trọng đến các mục tiêu của bài học, chủ đề, chức năng. Mục đích của phần bài tập không chỉ dừng lại ở việc giúp người học nhìn lại các nội dung đã học trong bài mà thông qua việc làm bài tập còn để rèn luyện cho họ khả năng nắm bắt tiếng Nhật tổng hợp và giúp họ nuôi dưỡng đời sống ngôn ngữ phong phú hơn.

(2) Cách ghi chữ Hán

1) Về nguyên tắc thì các chữ Hán đều từ 「常用漢字表」(Bảng các chữ Hán thường dùng) và Phụ lục bổ sung của nó.

1. Trong các chữ 「熟字訓」(じゅくじくん) (là một từ gồm từ 2 chữ Hán trở lên, có cách đọc đặc biệt) thì chữ nào nằm trong Phụ lục bổ sung của Bảng các chữ Hán thường dùng sẽ được ghi bằng chữ Hán.

   Ví dụ: 友達(ともだち) (bạn), 眼鏡(めがね) (kính), 風邪(かぜ) (cảm), 一人(ひとり) (một người)

2. Có một số chữ Hán và cách đọc dù không nằm trong Bảng các chữ Hán thường dùng nhưng cũng đã được chúng tôi dùng trong các danh từ riêng chỉ tên người, địa danh, v.v., hoặc các từ thuộc các lĩnh vực chuyên môn như nghệ thuật, văn hóa, v.v…

   Ví dụ: 世阿弥(ぜあみ) (Zeami), 文藝(ぶんげい) (nghệ thuật và văn chương), 如月(きさらぎ) (tháng hai âm lịch)

2) Cũng có một số chữ Hán dù nằm trong Bảng các chữ Hán thường dùng và Phụ lục bổ sung của nó nhưng chúng tôi vẫn viết thành chữ Kana để cho người học dễ đọc.

   Ví dụ: ある（有る、在る）(có, có ở), いまさら（今更）(giờ này),

   さまざま（様々）(nhiều, đa dạng)

3) Đối với chữ số, về nguyên tắc chúng tôi dùng cách viết chữ số Ả-rập.

   Ví dụ: 9時(じ) (9 giờ), 10月(がつ)2日(ふつか) (ngày mồng 2 tháng 10), 90歳(さい) (90 tuổi)

   Tuy nhiên, trong các trường hợp sau đây chúng tôi dùng cách viết chữ số chữ Hán.

   Ví dụ: 一日中(いちにちじゅう) (suốt cả ngày), 数百(すうひゃく) (vài trăm), 千両(せんりょう) (một nghìn ryo)

4) Về nguyên tắc chúng tôi không ghi cách đọc phiên âm Furigana trên các chữ Hán cấp độ sơ cấp.

   1. Nguyên tắc này không áp dụng cho chữ Hán xuất hiện trong tổ hợp từ ghép gồm cả chữ Hán ở cấp độ trung cấp.
   2. Cách đọc phiên âm Furigana được ghi trên chữ Hán cấp độ trung cấp xuất hiện lần đầu tiên ở trang tương ứng.
   3. Khi cùng là một chữ Hán giống nhau xuất hiện trong nội dung chính của phần Đọc/Viết và Nói/Nghe ở hai trang mở liền nhau thì cách đọc phiên âm Furigana chỉ được ghi cho lần xuất hiện đầu tiên.

(3) Các nội dung chính đã học

Các mẫu ngữ pháp được đưa ra trong phần Đọc/Viết và phần Nói/Nghe được đánh dấu bằng màu nền khác nhau để phân biệt đâu là *Các mẫu lí giải* và đâu là *Các mẫu thực hành*.

1) Đọc/Viết

Tiêu đề của bài đọc mỗi bài, các mục tiêu (chiến lược), các mẫu ngữ pháp (77 mẫu) được đưa ra (bao gồm ① *Các mẫu lí giải*: 34 mẫu, ② *Các mẫu thực hành*: 43 mẫu).

2) Nói/Nghe

Tiêu đề phần 「会話・発表」(Hội thoại/Phát biểu) của mỗi bài, các mục tiêu (chiến lược), các mẫu ngữ pháp (41 mẫu) được đưa ra (bao gồm ① *Các mẫu lí giải*: 20 mẫu, ② *Các mẫu thực hành*: 21 mẫu).

Chúng tôi tránh dùng thuật ngữ ngữ pháp trong trình bày các mẫu ngữ pháp mà đã ghi như cách dưới đây:

Trường hợp phần kết nối là từ hoặc ngữ, chẳng hạn như danh từ, v.v.. thì sẽ được ghi bằng ～.

Ví dụ: ～といった (bài 14)

Trường hợp phần kết nối là câu thì sẽ ghi bằng ….

Ví dụ: …という (bài 15)

Tuy nhiên, trường hợp dù phần kết nối là câu đi nữa nhưng ở cuối câu là các dạng như thể て, thể た, thể từ điển, thể たら, thể ている, thể ば, v.v.. thì sẽ được ghi bằng ～.

Ví dụ: ～たところ (bài 16)

(4) Các mục ngữ pháp mở rộng

1) *Các mục ngữ pháp mở rộng* là các mục bổ sung thêm cho ngữ pháp trung cấp đã học ở **Minna no Nihongo Chukyu I** và **Minna no Nihongo Chukyu II**. Đây là phần kiến thức được đưa vào nhằm đáp ứng yêu cầu đa dạng của người học hướng đến cấp độ tiếng Nhật cao cấp hay là tiếng Nhật chuyên ngành.

2) Các mẫu ngữ pháp được chia lớn thành 5 mục như dưới đây theo ý nghĩa và chức năng của chúng.

   1. Biểu đạt bằng cách sử dụng các trợ từ kép (tổ hợp trợ từ gồm 2 từ trở lên).
   2. Biểu đạt bằng cách sử dụng các liên từ.
   3. Biểu đạt nhiều cách khác nhau bằng cách sử dụng tiếp vĩ ngữ.
   4. Biểu đạt thái độ chủ quan hoặc cảm xúc khi nói.
   5. Mô tả trạng thái của một động tác hoặc hiện tượng trong tiến trình đi qua của thời gian.

3) Các câu ví dụ được đưa ra cho mỗi mẫu câu.

4) Ở trong cuốn *Bản dịch và Giải thích Ngữ pháp*, phần giải thích ý nghĩa và chức năng của mẫu câu được cung cấp.

(5) Mục lục

1) Từ mới (khoảng 2,430 từ)

2) Các biểu hiện hội thoại (khoảng 53)

3) Chữ Hán (339 chữ Hán thường dùng xuất hiện trong bài đọc của tất cả 12 bài học, trừ các chữ Hán của cấp độ sơ cấp và 315 chữ Hán đã học ở **Minna no Nihongo Chukyu I**)

4) Các mẫu ngữ pháp (357 mẫu câu được giới thiệu trong phần Ngữ pháp/Luyện tập, *Các mục ngữ pháp mở rộng* và **Minna no Nihongo Chukyu I**)

(6) Đáp án

1) Đáp án

   1. Đọc/Viết, Nói/Nghe, Ngữ pháp/Luyện tập
   2. Bài tập (bao gồm kịch bản của bài tập nghe hiểu)
      (Mỗi câu hỏi có thể sẽ có nhiều đáp án trả lời khác nhau tùy theo bối cảnh của người học. Ở đây đưa ra một ví dụ trả lời làm mẫu.)

2) "Nói/Nghe" kịch bản hội thoại

3) Kịch bản bài tập nghe hiểu ở cuối mỗi bài

4) Nội dung của CD

(7) CD

CD bao gồm ① bài đọc của phần Đọc/Viết, ② hội thoại của phần Nói và Nghe, ③ phần nghe hiểu của phần Bài tập. Giống như giáo trình ***Minna no Nihongo Chukyu I***, nội dung của CD này sẽ giúp cho người học hiểu được sự phong phú của các biểu hiện trong tiếng Nhật dựa vào âm thanh và vun đắp năng lực vận dụng tiếng Nhật.

2. Bản dịch và Giải thích Ngữ pháp (bản dịch ra các ngôn ngữ)

Các phần đầu của giáo trình: 「はじめに」(Lời Nói đầu), 「凡例」(Những chú thích gửi đến bạn đọc), 「学習者の皆さんへ」(Cách sử dụng hiệu quả giáo trình này), 「登場人物」(Các nhân vật xuất hiện trong hội thoại) và các phần có trong nội dung bài: 「新出語」(Từ vựng), 「文法解説」(Giải thích ngữ pháp), 「学習項目」(Các nội dung chính đã học), 「文法プラスアルファ」(Các mục ngữ pháp mở rộng) đã được dịch sang nhiều ngôn ngữ.

(1) Từ mới và nghĩa được dịch

Từ mới, biểu hiện hội thoại, danh từ riêng trong từng bài sẽ được liệt kê theo thứ tự xuất hiện trong bài.

(2) Giải thích ngữ pháp

Giải thích ý nghĩa và chức năng của *Các mẫu lí giải và Các mẫu thực hành* xuất hiện trong bài đọc bằng các ngôn ngữ. Đặc biệt trong phần *Các mẫu thực hành*, ngoài việc giải thích cụ thể ý nghĩa và chức năng, chúng tôi cố gắng để người học có thể thực tế sử dụng các mẫu câu khi nói hoặc viết.

(3) Các mục ngữ pháp mở rộng

Các mục ngữ pháp mở rộng là các mục bổ sung thêm cho ngữ pháp trung cấp đã học ở ***Minna no Nihongo Chukyu I*** và ***Minna no Nihongo Chukyu II***. Các mẫu câu sẽ có phần giải thích về ý nghĩa, chức năng và phần câu ví dụ dựa trên cách sử dụng mẫu câu trong phần Ngữ pháp/Luyện tập của bài học.

Cách Sử Dụng Hiệu Quả Giáo Trình Này

Để có thể học tập hiệu quả hơn khi sử dụng 2 giáo trình: ***Minna no Nihongo Chukyu II*** (kèm CD) và ***Bản dịch và Giải thích Ngữ pháp***, chúng tôi xin giải thích những điểm cần lưu ý dành cho người học như sau:

I. *Minna no Nihongo Chukyu II Quyển chính* (kèm CD)

1. Đọc /Viết (Bài đọc)

Bao gồm những chủ đề đáp ứng sự quan tâm, mong đợi của người học và nội dung của những chủ đề này tương ứng với trình độ tiếng Nhật ở cấp độ cuối trung cấp. Người học sẽ đọc đoạn văn, trò chuyện về những gì đã được đọc và sau đó là tập viết một đoạn văn có phân chia bố cục rõ ràng. Trước mỗi bài, chúng tôi sẽ đưa ra mục đích của bài đó và các gợi ý trong quá trình đọc.

1. 考えてみよう (Hãy nghĩ về nó): Trước khi đọc, người học hãy suy nghĩ và trao đổi về những nội dung liên quan đến đề tài của đoạn văn.
2. 読もう (Hãy đọc): Tham khảo nội dung được ghi trong phần 「読むときのポイント」(các điểm cần lưu ý khi đọc) và đọc đoạn văn. Về ý nghĩa của từ, trước tiên các bạn nên tự suy nghĩ, suy đoán dựa vào mạch văn, sau đó hãy xác nhận lại nghĩa trong sách ***Bản dịch và Giải thích Ngữ pháp*** hay sử dụng từ điển.
3. 確かめよう (Hãy xác nhận lại): Xác nhận lại người học đã hiểu được bao nhiêu phần trăm nội dung bài đọc. Cũng có thể xem đi xem lại nhiều lần giữa đoạn văn và câu hỏi.
4. 考えよう・話そう (Hãy suy nghĩ/ Hãy nói): Hãy nghĩ về những vấn đề liên quan đến nội dung đoạn văn, trao đổi với bạn bè và phát biểu.
5. チャレンジしよう (Hãy thử sức): Hãy viết một đoạn văn về đề tài đã được triển khai từ nội dung của bài đọc trong phạm vi các yêu cầu đã được cho sẵn.

2. Nói/Nghe (Hội thoại/Phát biểu)

Đề tài của phần Hội thoại/Phát biểu sẽ liên quan đến đề tài của bài đọc trong bài đó. Trước mỗi bài, mục tiêu và chức năng của phần Hội thoại/Phát biểu cũng sẽ được đưa ra.

Ở phần đầu từ bài 13 đến bài 18, người học sẽ học các bài hội thoại để tạo ra mối quan hệ tốt hơn với mọi người và giao tiếp trôi chảy hơn. Ở phần sau từ bài 19 đến bài 24, các bạn sẽ được trau dồi các kỹ năng phỏng vấn, phát biểu, thảo luận, hùng biện, hay cách thể hiện bản thân trong trường hợp phỏng vấn xin việc.

1. やってみよう (Hãy làm thử): Trước khi bước vào bài, hãy nói thử để xem mức độ có thể thực hiện được là bao nhiêu với các yêu cầu được đưa ra.
2. 聞いてみよう (Hãy nghe thử): Hãy nghe nội dung và biểu hiện hội thoại qua CD sau khi xác nhận nhân vật xuất hiện trong đoạn hội thoại và phần 「聞くポイント」(các gợi ý khi nghe).

3. もう一度聞こう (Hãy nghe lại một lần nữa): Nghe lại CD một lần nữa và điền vào phần _____ với các từ khóa và các biểu hiện hội thoại.

4. 言ってみよう (Hãy nói thử): Nhìn tranh và tái hiện lại đoạn hội thoại. Hãy thử nói theo CD và cần chú ý đến phát âm và ngữ điệu.

5. 練習しよう (Hãy luyện tập): Sử dụng các biểu hiện hội thoại trong bài đó để luyện tập nói chuyện dựa trên các tình huống và chức năng được cho sẵn.

6. チャレンジしよう (Hãy thử sức): Là phần luyện tập mang tính chất triển khai, nâng cao. Hãy vận dụng các cấu trúc hội thoại, những yêu cầu đã được học trong phần Hội thoại/Phát biểu để tự do nói chuyện và trao đổi với nhau.

3. Ngữ pháp /Luyện tập

Các câu văn xuất hiện trong phần Ngữ pháp/Luyện tập là các câu được lấy từ trong đoạn văn của các phần Đọc/Viết và Nói/Nghe ở mỗi bài; các mẫu câu sẽ được hiển thị bằng chữ đậm. Các mẫu câu ở phần Đọc/Viết và Nói/Nghe ở mỗi bài sẽ được đưa ra theo thứ tự *Các mẫu lí giải* và *Các mẫu thực hành*.

Ở phần *Các mẫu lí giải*, người học sẽ đọc câu ví dụ để biết ý nghĩa, chức năng của mẫu câu; sau đó sẽ chọn đáp án đúng trong 2 phương án a,b để xác nhận rằng đã hiểu đúng hay chưa.

Ở phần *Các mẫu thực hành*, người học sau khi biết được ý nghĩa, chức năng thông qua câu ví dụ sẽ tiếp tục luyện tập nói và viết.

4. Bài tập (Ôn tập)

Phần này xác nhận đã đạt được mục đích của các phần Đọc/Viết và Nói/Nghe ở mỗi bài hay chưa, đã nắm được ý nghĩa và cách dùng của các điểm ngữ pháp cũng như các từ mới hay chưa.

1. Nghe

   Hãy xác nhận đã nghe được nội dung cũng như các biểu hiện khi nghe phần Hội thoại/Phát biểu (CD) liên quan đến đề tài cũng như chức năng của bài đó hay chưa.

2. Đọc

   Hãy xác nhận đã đọc hiểu được nội dung, các biểu hiện cũng như các cụm từ khi đọc đoạn văn liên quan đến đề tài cũng như chức năng của bài đó hay chưa.

Trong phần Bài tập, vì có sử dụng một số các bài báo cũng như các bài tùy bút thực tế nên sẽ có một số từ vựng cũng như các biểu hiện vượt quá cấp độ trung cấp, do vậy người học hãy vận dụng kiến thức ngôn ngữ cũng như các phương pháp học tập mà mình đã học được để thử sức nhé.

5. Các mục ngữ pháp mở rộng

Các mục ngữ pháp mở rộng là các mục bổ sung thêm cho ngữ pháp trung cấp đã học **Minna no Nihongo Chukyu I** và **Minna no Nihongo Chukyu II**. Ngoài ra, người học nào hướng đến cấp độ tiếng Nhật cao cấp hay tiếng Nhật chuyên ngành thì hãy thử sức ở phần này nhé.

6. CD (biểu thị bởi biểu tượng CD)

Phần nào có biểu tượng của đĩa CD là phần sẽ được ghi âm trong đĩa CD.

1. 「読む・書く」(Đọc/Viết) (「読もう」(Hãy đọc))

    Xem thử nên đọc kỹ phần nào trong đoạn văn, phần nào đọc lướt qua; ngoài ra, vừa nghe vừa phải chú ý đến những âm cao thấp và nhịp điệu như thế nào.

2. 「話す・聞く」(Nói/Nghe) (「聞いてみよう」(Hãy nghe thử) 「もう一度聞こう」(Hãy nghe lại một lần nữa))

    Vì phần này phản ánh ngữ cảnh thực tế nên các âm thanh của vật, tạp âm, giọng xa hay gần đều được lồng vào nên hãy vừa nghe vừa hình dung ra tình huống.

3. 「問題」(Bài tập)

    Nghe phần 「I. 聴解」(Nghe hiểu) hội thoại trong CD, và trả lời các câu hỏi theo những hướng dẫn bằng âm thanh ghi sẵn.

II. *Bản dịch và Giải thích Ngữ pháp*

Các phần đầu của giáo trình bao gồm: Lời nói đầu, Những chú thích gửi đến bạn đọc, Cách sử dụng hiệu quả giáo trình này, Các nhân vật xuất hiện trong hội thoại và Các thuật ngữ dùng trong giải thích ngữ pháp, Từ viết tắt của các thuật ngữ ngữ pháp đã được dịch sang nhiều ngôn ngữ. Những nhân vật xuất hiện trong giáo trình này giống với những nhân vật trong **Minna no Nihongo Chukyu I** và cũng có những nhân vật lần đầu tiên xuất hiện trong **Minna no Nihongo Chukyu II**. Hãy đón nhận các nhân vật này như những người bạn mới nhé.

1. Từ Vựng

Từ mới, biểu hiện hội thoại, danh từ riêng trong từng bài sẽ được liệt kê theo thứ tự xuất hiện trong bài.

2. Giải thích ngữ pháp

Giải thích ý nghĩa và chức năng của các mẫu câu được đưa ra trong phần Ngữ pháp/Luyện tập ở mỗi bài. Đặc biệt trong phần *Các mẫu thực hành*, chúng tôi cố gắng giải thích một cách cụ thể để người học có thể thực tế sử dụng các mẫu câu trong khi nói hoặc viết.

3. Các mục ngữ pháp mở rộng

Các mục ngữ pháp mở rộng là các mục bổ sung thêm cho ngữ pháp trung cấp đã học ở **Minna no Nihongo Chukyu I** và **Minna no Nihongo Chukyu II**.

Giáo trình này được biên soạn dựa trên việc xem xét tính tự học của người học và những nội dung mà người học đã được học từ sơ cấp đến cấp độ đầu trung cấp. Ngoài ra, giáo trình này được biên soạn để người học có thể tiếp thu được những kĩ năng cần thiết dành cho người học ở cấp độ trung cấp như: kĩ năng nói, viết, tóm tắt những điều đã đọc, kĩ năng soạn thảo nội dung trước khi nói.

Chúng tôi mong muốn rằng giáo trình này sẽ là một sự hỗ trợ to lớn trong việc học tiếng Nhật ở cấp độ cuối trung cấp và sẽ là một bước đệm vững chắc cho các bước tiếp theo.

Các Thuật Ngữ Dùng Trong Giải Thích Ngữ Pháp

		課			課
あらたまった形	hình thức lịch sự	14	原因	nguyên nhân	16
あらたまった表現	cách nói lịch sự	16	限定	giới hạn	*
言い換え	nói cách khác	14	語幹	gốc từ	15
意志	ý chí	17	固有名詞	danh từ riêng	18
意志動詞	động từ ý chí	22	誘いかけ	mời rủ	*
解釈	nhận định	14	叱る	mắng	17
書き言葉	văn viết	15	時間名詞	danh từ chỉ thời gian	19
格助詞	trợ từ cách	18	指示	chỉ thị	*
確信	đoan chắc	*	事実	sự thật	17
確認	xác nhận	*	修飾する	bổ nghĩa	14
硬い文体	thể văn cứng	22	終助詞	trợ từ cuối câu	20
感覚	cảm giác	14	主語	chủ ngữ	22
感情	tình cảm	*	手段	phương tiện	17
聞き手	người nghe	13	出現	xuất hiện	14
帰結	kết quả	13	述語	vị ngữ	14
希望	mong muốn	17	順接	liên kết thuận (nghĩa)	*
義務	nghĩa vụ	17			
疑問詞	nghi vấn từ	*	状況	tình thế	17
逆接	liên kết ngược (nghĩa)	*	条件	điều kiện	*
			上昇イントネーション	ngữ điệu đi lên	17
共感	đồng cảm	13			
空間名詞	danh từ chỉ không gian	19	状態	trạng thái	14
			状態動詞	động từ chỉ trạng thái	13
くだけた話し言葉	văn nói bỗ bã/thân mật	13			
			助詞相当の語句	các từ ngữ tương đương các trợ từ	*
くだけた表現	cách nói bỗ bã/thân mật	18			
			請求	yêu cầu	16
継続	tiếp diễn	14	接続語	từ nối	*
形容詞文	câu tính từ	14	接尾語	tiếp vĩ ngữ	*

		課			課
説明(せつめい)	giải thích	14	人を表す名詞(ひとをあらわすめいし)	danh từ chỉ người	21
先行文(せんこうぶん)	câu trước	15	非難(ひなん)	phê bình	17
選択(せんたく)	lựa chọn	*	比喩的(ひゆてき)	một cách ẩn dụ	13
対比する(たいひする)	so sánh	*	複合助詞(ふくごうじょし)	trợ từ phức	*
断定(だんてい)	khẳng định	*	普通形(ふつうけい)	thể thông thường	13
中止形(ちゅうしけい)	thể nối tiếp	22	部分的否定(ぶぶんてきひてい)	phủ định từng phần	*
付け加える(つけくわえる)	thêm vào	*	古い表現(ふるいひょうげん)	cách nói cũ	21
提案(ていあん)	đề xuất	*	文末(ぶんまつ)	cuối câu	13
定義(ていぎ)	định nghĩa	14	文脈(ぶんみゃく)	mạch văn	14
丁寧形(ていねいけい)	hình thức lịch sự	17	補足(ほそく)	bổ sung	*
丁寧な話し言葉(ていねいなはなしことば)	văn nói lịch sự	14	補足説明(ほそくせつめい)	giải thích bổ sung	13
出来事を表す名詞(できごとをあらわすめいし)	danh từ biểu thị sự việc	16	名詞文(めいしぶん)	câu danh từ	14
て形(てけい)	thể て	22	命令(めいれい)	mệnh lệnh	17
転換(てんかん)	chuyển chủ đề	*	要求(ようきゅう)	đòi hỏi	16
伝聞(でんぶん)	nói lại thông tin nghe được	15	様相(ようそう)	tình trạng	*
			様態(ようたい)	trạng thái	*
動作動詞(どうさどうし)	động từ chỉ động tác	13	要望(ようぼう)	mong muốn	16
			理由(りゆう)	lí do	17
動作を表す名詞(どうさをあらわすめいし)	danh từ chỉ hành động	19	例示する(れいじする)	đưa ví dụ minh hoạ	*
			連体修飾(れんたいしゅうしょく)	bổ nghĩa cho danh từ	15
認識(にんしき)	nhận thức	14			
話し言葉(はなしことば)	văn nói	17	*Những phần có đánh dấu * đã xuất hiện trong Phần 3 Các mục ngữ pháp mở rộng.		
話し手(はなして)	người nói	13			
反事実(はんじじつ)	điều không thực	16			
判断(はんだん)	phán đoán	14			
反復(はんぷく)	sự lặp đi lặp lại	14			
非意志動詞(ひいしどうし)	động từ phi ý chí	22			
比較(ひかく)	so sánh	18			
必要(ひつよう)	sự cần thiết	19			
否定形(ひていけい)	thể phủ định	18			

Từ Viết Tắt Của Các Thuật Ngữ Ngữ Pháp

N	danh từ（名詞）
A	tính từ（形容詞）
い A	tính từ đuôi い（い形容詞）
な A	tính từ đuôi な（な形容詞）
V	động từ（動詞）
V thể ます	động từ thể ます（動詞ます形）
V thể nguyên dạng	động từ thể nguyên dạng（動詞辞書形）
V thể ない	động từ thể ない（動詞ない形）
V thể た	động từ thể た（動詞た形）
V thể て	động từ thể て（動詞て形）

Các Nhân Vật Xuất Hiện Trong Hội Thoại

マイク・ミラー／ **Mike Miller**

Người Mỹ,
Nhân viên của Công ty IMC

中村　秋子／ **Nakamura Akiko**

Người Nhật Bản,
Trưởng phòng kinh doanh
của Công ty IMC

イルワン／ **Ilwan**

Người Thổ Nhĩ Kỳ,
Giám đốc chi nhánh
Osman Carpets

山田　一郎／ **Yamada Ichiro**

Người Nhật Bản,
Nhân viên của Công ty IMC (Osaka)

太郎／ **Taro**

Người Nhật Bản,
Học sinh tiểu học, con trai
của Yamada Ichiro và Tomoko

山田　友子／ **Yamada Tomoko**

Người Nhật Bản,
Nhân viên ngân hàng

ジョン・ワット／ **John Watt**

Người Anh,
Giảng viên của Trường đại học Sakura

木村　いずみ／ **Kimura Izumi**

Người Nhật Bản,
Phát thanh viên, vợ của John Watt

カリナ／ **Karina**

Người Indonesia,
Sinh viên của Trường đại học Fuji

イー・ジンジュ／ **Lee Jin Ju**

Người Hàn Quốc,
Nghiên cứu viên của AKC

ジャン／**Jean**
Người Pháp,
Sinh viên của Trường
đại học Sakura

小川／**Ogawa**
Người Nhật Bản,
Sinh viên của Trường
đại học Sakura

山口／**Yamaguchi**
Người Nhật Bản,
Sinh viên của Trường
đại học Sakura

張／**Cho**
Người Trung Quốc,
Sinh viên của Trường đại học Sakura

森／**Mori**
Người Nhật Bản,
Giáo sư của Trường đại học Sakura

ジョゼ・サントス／**Jose Santos**
Người Bra-xin,
Nhân viên của Brazil Air

マリア・サントス／**Maria Santos**
Người Bra-xin,
Vợ của Jose Santos

池田／**Ikeda**
Người Nhật Bản,
Nhân viên của Brazil Air

優太／**Yuta**
Người Nhật Bản,
Con trai của Ikeda và Miranda

ミランダ／**Miranda**
Người Mê-hi-cô,
Vợ của Ikeda

＊ IMC（một công ty phần mềm máy tính）
＊ AKC（アジア研究センター：Trung tâm nghiên cứu châu Á）

Mục Lục

Lời Nói Đầu

Những Chú Thích Gửi Đến Bạn Đọc

Cách Sử Dụng Hiệu Quả Giáo Trình Này

Các Thuật Ngữ Dùng Trong Giải Thích Ngữ Pháp

Từ Viết Tắt Của Các Thuật Ngữ Ngữ Pháp

Các Nhân Vật Xuất Hiện Trong Hội Thoại

Phần 1 Từ Vựng

Bài 13	2
Bài 14	10
Bài 15	18
Bài 16	25
Bài 17	33
Bài 18	40
Bài 19	45
Bài 20	52
Bài 21	60
Bài 22	67
Bài 23	76
Bài 24	83
Các Mục Ngữ Pháp Mở Rộng	90

Phần 2 Giải Thích Ngữ Pháp

Bài 13 96

読む・書く

1．～たて
2．たとえ～ても
3．～たりしない
4．～ほど

話す・聞く

5．…んだって？
6．～ながら
7．つまり、…という／ってことだ
8．…よね。

Bài 14 101

読む・書く

1．～際
2．～といった
3．～に（も）わたって
4．～うちに
5．～にとって
6．～とは
7．～において
8．…わけだ
9．…のではないだろうか

話す・聞く

10．…っけ？
11．～げ

Bài 15 107

読む・書く

1．…という
2．～たびに
3．～に関する
4．…わけではない

5．…のではないか
6．…のだ

話す・聞く

7．…ほどのものじゃない
8．〜だけでなく
9．〜といえば

Bài 16 113

読む・書く

1．〜に応じる・〜に応じて
2．〜によって
3．〜とみられる
4．…としている
5．〜にもかかわらず
6．…とともに
7．〜たところ

話す・聞く

8．あんまり…から
9．…ところだった
10．〜に限って

Bài 17 118

読む・書く

1．〜からなる
2．〜としては
3．〜上
4．〜により
5．〜ことから
6．〜ざるを得ない

話す・聞く

7．〜てはじめて
8．〜ったら
9．〜にしては
10．…からには
11．〜でしょ。

Bài 18 123

読む・書く

1．…に違いない
2．〜に比べて
3．…ものだ・ものではない

話す・聞く

4．〜た
5．だって、…もの。
6．〜たところで
7．〜だって
8．〜こそ

Bài 19 128

読む・書く

1．〜を対象に
2．〜ばかりでなく
3．〜にほかならない
4．〜を通して
5．〜から〜にかけて
6．〜はともかく
7．〜ためには

話す・聞く

8．決して〜ない

Bài 20 132

読む・書く

1．〜のもとで
2．そう
3．…ぞ。
4．…と同時に
5．〜しかない
6．〜の末
7．〜て以来
8．…くらい

話す・聞く

9．～をこめて
10．～ば～だけ
11．～たとたん（に）
12．～からといって

Bài 21 ... 137

読む・書く

1．～もせずに
2．～といえども
3．よほど～でも
4．いかに～か
5．…とか。
6．～に言わせれば

話す・聞く

7．～に基づいて
8．～と言える
9．一方（で）
10．～に限らず

Bài 22 ... 141

読む・書く

1．～次第だ
2．～をもって…とする
3．～においては
4．～うる
5．…のであろう
6．～と思われる

話す・聞く

7．～としても
8．～（よ）うにも…ない
9．～わりに
10．～べきだ
11．～というより

Bài 23 147

読む・書く

1．～に及(およ)ぶ

2．…可能性(かのうせい)がある

3．この～

4．～上(うえ)で

5．～につれて

話す・聞く

6．～ことに

7．～恐(おそ)れのある／がある

8．～までもない

9．～がきっかけで・～をきっかけに

10．～をはじめ

Bài 24 152

読む・書く

1．～ざる～

2．～から～に至(いた)るまで

3．～きる

4．～ならぬ～

5．～さえ～ば

6．～として～ない

7．～以上（は）

8．～ないかぎり

9．～わけにはいかない／ゆかない

10．～あまり（に）

Các Nội Dung Chính Đã Học 156

Phần 3 Các Mục Ngữ Pháp Mở Rộng 163

Phần 1
Từ Vựng

Bài 13

読む・書く

株式会社	かぶしきがいしゃ	công ty trách nhiệm hữu hạn
随筆	ずいひつ	tùy bút
経過[する]	けいか[する]	trôi qua
変化[する]	へんか[する]	thay đổi, biến đổi
心情	しんじょう	tâm tư, tình cảm
勘違い[する]	かんちがい[する]	hiểu nhầm, hiểu sai ý
日常[的]	にちじょう[てき]	hàng ngày
社交	しゃこう	xã giao
雑談[する]	ざつだん[する]	nói chuyện phiếm
入園料	にゅうえんりょう	phí vào cửa
大人	おとな	người lớn
小人	しょうにん	trẻ em
そのうち		trong lúc đó
注目[する]	ちゅうもく[する]	chú ý, để ý
語	ご	từ
思考[する]	しこう[する]	suy nghĩ
問い	とい	câu hỏi
全文	ぜんぶん	toàn bài, toàn văn
のみこむ		tiếp thu, nắm bắt
佃煮	つくだに	*Tsukudani* (một món ăn của Nhật Bản gồm cá nhỏ, ngao, sò, ... nấu ngọt với đường và xì dầu)
以後	いご	từ sau, từ sau khi
以降	いこう	từ sau, từ sau khi
以来	いらい	từ sau, từ sau khi
一体	いったい	rốt cuộc
四字熟語	よじじゅくご	thành ngữ gồm tổ hợp từ cấu tạo từ 4 chữ Hán
熟語	じゅくご	từ ghép, ngữ cố định từ 2 thành tố trở lên
適度[な]	てきど[な]	vừa phải, đủ độ

いや		không
いな		chẳng phải
適切[な]	てきせつ[な]	thích hợp, phù hợp
一進一退	いっしんいったい	cò cưa, lúc tiến lúc lùi
試行錯誤	しこうさくご	thử và lặp đi lặp lại thất bại rồi đúc kết kinh nghiệm dẫn đến thành công, làm thử và rút kinh nghiệm
月日	つきひ	thời gian, tháng ngày
要する	ようする	cần phải có
ただ		nhưng, nhưng mà
浮かぶ	うかぶ	nổi lên, hiện lên
月極/月決め	つきぎめ	hợp đồng trọn tháng, cho thuê theo tháng
来日[する]	らいにち[する]	đến Nhật
詰める	つめる	nhét vào, cho vào
街	まち	phố xá
看板	かんばん	biển hiệu, biển quảng cáo
解読[する]	かいどく[する]	đọc ra, giải mã
出くわす	でくわす	thấy, gặp phải
パーキング		nơi đỗ xe
頭[～に付く]	あたま[～につく]	[ăn sâu vào] đầu
和英辞典	わえいじてん	từ điển Nhật - Anh
辞典	じてん	từ điển
ひょっとして		phải chăng, hay là
オーナー		chủ sở hữu
苗字	みょうじ	họ
あるいは		hoặc, hoặc là
ムーン		mặt trăng
エンド		hết
ネーミング		việc đặt tên
なんとなく		chẳng hiểu sao nhưng, không hiểu sao nhưng
頭に入れる	あたまにいれる	đưa vào đầu
見慣れる	みなれる	nhìn quen mắt
範囲	はんい	phạm vi
広がる	ひろがる	mở rộng

13

横断[する]	おうだん[する]	băng qua, đi xuyên
どうやら		dường như, có vẻ như
市場[駐車場～]	しじょう[ちゅうしゃじょう～]	thị trường [bãi đỗ xe]
独占[する]	どくせん[する]	độc chiếm, chiếm lĩnh
一部上場	いちぶじょうじょう	trong danh sách các công ty chính thức niêm yết quan trọng nhất trên sàn chứng khoán Tokyo
上場[する]	じょうじょう[する]	niêm yết
思い込む	おもいこむ	nghĩ rằng, cho rằng, nghĩ quá
突っ走る	つっぱしる	lao đầu chạy, cắm đầu cắm cổ chạy
在日	ざいにち	ở Nhật
とりあえず		trước tiên, trước hết
観光物産館	かんこうぶっさんかん	tòa nhà là nơi chỉ dẫn các thông tin du lịch và bày bán các đặc sản của địa phương
観光	かんこう	du lịch
目に入る	めにはいる	đập vào mắt
国語辞典	こくごじてん	từ điển tiếng Nhật
忍ばせる	しのばせる	bỏ vào
～ごと[月～]	[つき～]	hàng [tháng]
契約[する]	けいやく[する]	hợp đồng
定義[する]	ていぎ[する]	định nghĩa
慣用	かんよう	cách dùng thông thường
一瞬	いっしゅん	nháy mắt, chốc lát
パッと		(nhìn) thoáng qua
たとえ		cho dù
読み違える	よみちがえる	đọc nhầm, đọc sai
日々	ひび	mỗi ngày, hằng ngày
書き入れる	かきいれる	điền vào, viết vào
かまわない		không sao, không vấn đề gì
書き留める	かきとめる	viết ra, ghi chép lại
五月蝿い	うるさい	ồn ào
時雨	しぐれ	mưa rào (cuối thu đầu đông)
向日葵	ひまわり	hoa hướng dương

流れ[文章の〜]	ながれ[ぶんしょうの〜]	mạch [mạch văn]

話す・聞く

ことわざ		tục ngữ
取り違える	とりちがえる	hiểu sai, nhầm lẫn, lấy nhầm
情けは人のためならず	なさけはひとのためならず	ở hiền gặp lành
お好み焼き	おこのみやき	*Okonomiyaki* (một loại bánh bột chiên áp chảo với thành phần chính là bột mì được bổ sung các thành phần như cá, thịt, rau, v.v)
話題	わだい	đề tài, chủ đề câu chuyện
戻す	もどす	trở lại
思い違い	おもいちがい	sự hiểu lầm
自分自身	じぶんじしん	chính mình
わいわい		sôi nổi, vui vẻ
ホームパーティー		tiệc gia đình
ぴったり		thích hợp
どうにか		bằng cách nào đó
直訳[する]	ちょくやく[する]	trực dịch
災い	わざわい	điều không may mắn, tai họa
遠ざける	とおざける	xua đi
門	かど	cổng
福	ふく	phúc lành
結構[〜多い]	けっこう[〜おおい]	khá [nhiều]
辛党	からとう	người thích uống rượu ăn đồ mồi
甘党	あまとう	người không thích uống rượu, chỉ thích ăn đồ mồi
知ったかぶり	しったかぶり	tỏ ra biết (dù thực sự không biết)
一時	いっとき	một lúc, chốc lát
恥	はじ	sự xấu hổ
関連[する]	かんれん[する]	liên quan
広げる[話を〜]	ひろげる[はなしを〜]	mở rộng [câu chuyện]
ベストセラー		sách bán chạy
コンパ		cuộc liên hoan
共感[する]	きょうかん[する]	đồng cảm, cảm thông

13

逆さま[な]	さかさま[な]	ngược
言い換える	いいかえる	nói bằng cách khác, diễn đạt lại cách khác
知り合い	しりあい	người quen
石の上にも三年	いしのうえにもさんねん	có chí thì nên
住めば都	すめばみやこ	sống đâu quen đó
都	みやこ	kinh đô, phố thị
住み慣れる	すみなれる	sống quen
猿も木から落ちる	さるもきからおちる	nhân vô thập toàn
木登り	きのぼり	trèo cây
～など		vân vân

文法・練習

しぼる		vắt
入社[する]	にゅうしゃ[する]	vào công ty
口に出す	くちにだす	nói ra
我慢[する]	がまん[する]	chịu đựng
我慢強い	がまんづよい	chịu đựng tốt, nhẫn nại
掃除機	そうじき	máy hút bụi
ため息	ためいき	thở dài
あふれる		đầy
たまる[ごみが～]		[rác] tích lại
受験生	じゅけんせい	thí sinh, người dự thi
都心	としん	trung tâm thành phố
双子	ふたご	cặp sinh đôi, cặp song sinh
世界的[な]	せかいてき[な]	tầm cỡ thế giới
スター		ngôi sao
シーズン		mùa
約～	やく～	khoảng ~
割	わり	mười phần trăm
休暇	きゅうか	ngày nghỉ
いとこ		anh em họ
同士[いとこ～]	どうし	giữa mấy [anh em họ], [anh em họ] với nhau
ルーズ[な]		cẩu thả, bê bối
売上げ	うりあげ	doanh thu

落ちる[売上げが～]	おちる[うりあげが～]	[doanh thu] giảm sút
工学部	こうがくぶ	khoa kỹ thuật
入り直す	はいりなおす	vào lại
関係[音楽～]	かんけい[おんがく～]	liên quan đến [âm nhạc]
ポテトチップス		khoai tây chiên giòn
インスタント食品	インスタントしょくひん	thực phẩm ăn liền
インスタント		- ăn liền
食品	しょくひん	thực phẩm
あきる		chán, ngấy

問題

高みの見物	たかみのけんぶつ	đứng từ xa ngó chuyện thiên hạ, làm như không liên quan
気が置けない	きがおけない	không cần giữ ý, không cần giữ kẽ
大家	おおや	chủ nhà, người cho thuê nhà
言い訳[する]	いいわけ[する]	lí do lí trấu, biện bạch
手土産	てみやげ	quà (mang theo khi đi thăm nhà ai)
あったま、きちゃったな。		tức quá đi thôi! điên quá!
～奴[いい～]	～やつ	gã, thằng [tốt bụng]
気にかける	きにかける	bận lòng, bận tâm
気を使う	きをつかう	giữ kẽ, để ý
信用[する]	しんよう[する]	tin tưởng, tin cậy
付き合う	つきあう	quen, giao tiếp
数えきれない	かぞえきれない	vô số, không đếm xuể
シミュレーション		sự mô phỏng
発言[する]	はつげん[する]	phát ngôn, nói ra
目にする	めにする	xem
指摘[する]	してき[する]	chỉ ra
傷つく	きずつく	tổn thương
不～[～愉快]	ふ～[～ゆかい]	không [thoải mái]
ふり		vờ, vờ như
～心[親切～]	～しん[しんせつ～]	lòng [tốt]
～性[人間～]	～せい[にんげん～]	[nhân] tính

13

目下	めした	người dưới
なおさら		càng thêm
外部	がいぶ	bên ngoài
クレーム		than phiền, phàn nàn
何気ない	なにげない	bất giác, bất chợt
受け止める	うけとめる	tiếp thu, lắng nghe
案ずるより産むがやすし	あんずるよりうむがやすし	mọi việc khi làm thử thì thấy là đơn giản hơn mình nghĩ
反応[する]	はんのう[する]	phản ứng
伝わる	つたわる	truyền đến
実行[する]	じっこう[する]	thực thi
かかる[費用が〜]	[ひようが〜]	tốn [chi phí]

〜で思い出したんだけど、……。　　Nhờ 〜 mà tôi đã nhớ ra là …

ところで、〜ことだけど、…んだって？　　Nhân tiện đây, về việc 〜, nghe nói là …?

> Sử dụng khi mở rộng phạm vi đề tài hội thoại.

確かに…ことってよくあるよね。　　Quả là chuyện … thường xảy ra nhỉ!

> Sử dụng khi thể hiện sự cảm thông, đồng cảm với ai đó.

つまり、…ってことです。　　Tóm lại là chuyện ….

> Sử dụng khi tóm tắt về một sự vật, sự việc nào đó bằng một từ khác.

池袋 (いけぶくろ)　Ikebukuro: Địa danh ở quận Toshima, thủ đô Tokyo. Đây là một trong số các khu phố thương mại sầm uất ở Tokyo, nơi là nhà ga của hệ thống tàu điện JR, tàu điện tư nhân, tàu điện ngầm.

練馬 (ねりま)　Nerima: Một trong 23 quận ở thủ đô Tokyo, nằm ở rìa tây bắc của các quận nội thành.

上野 (うえの)　Ueno: Khu phố thương mại, khu vui chơi giải trí nằm ở phía tây của quận Taito, thủ đô Tokyo.

月島 (つきしま)　Tsukishima: Vùng ven biển của quận Chuo, thủ đô Tokyo. Vùng đất được bồi đắp từ đất cát của vịnh Tokyo.

青森 (あおもり)　Aomori: Tỉnh cực bắc của đảo Honshu, nằm ở phía bắc vùng Tohoku.

アーサー・ビナード　Arthur Binard: Người Mỹ, hoạt động văn chương ở Nhật với tư cách là nhà thơ, diễn viên, người viết tuỳ bút. 1967-.

大分県(おおいたけん)　Tỉnh Oita: Tỉnh nằm ở phía đông bắc của vùng Kyushu.

13

Bài 14

読む・書く

テレビアニメ		phim hoạt hình truyền hình
受ける[アニメが～]	うける	[phim hoạt hình] được đón nhận
解説文	かいせつぶん	lời diễn giải
解説[する]	かいせつ[する]	diễn giải, giải thích
物事	ものごと	sự việc
謎	なぞ	điều bí ẩn
美女	びじょ	mỹ nữ, người con gái đẹp
旅	たび	chuyến đi, cuộc hành trình
ストーリーテリング		kể chuyện
促す	うながす	thúc đẩy, khuyến khích
感想	かんそう	cảm tưởng
アニメーション		phim hoạt hình
放映[する]	ほうえい[する]	phát sóng, chiếu
シリーズ		xê-ri, loạt
代[1960年～]	だい[1960ねん～]	những năm [1960]
番組	ばんぐみ	chương trình
編成[する]	へんせい[する]	tổ chức, xây dựng
～際	～さい	khi ～, lúc ～
穴埋め	あなうめ	lấp chỗ trống
年月	ねんげつ	năm tháng, thời gian
経る	へる	trôi qua
存在[する]	そんざい[する]	có mặt, tồn tại
無視[する]	むし[する]	bỏ qua, vờ như không thấy
語る	かたる	nói về, kể về
作品	さくひん	tác phẩm
原作	げんさく	nguyên tác
支える	ささえる	hỗ trợ, duy trì
マンガ家	マンガか	họa sĩ vẽ truyện tranh
層	そう	lớp

厚さ	あつさ	bề dày
発売[する]	はつばい[する]	phát hành, bán ra
週刊誌	しゅうかんし	báo ra hàng, tuần san
月刊誌	げっかんし	báo ra hàng tháng, nguyệt san
～誌	～し	báo ～
種類	しゅるい	chủng loại, loại
単行本	たんこうぼん	sách phát hành đơn lẻ không theo bộ
新作	しんさく	tác phẩm mới
～部[数千万～]	～ぶ[すうせんまん～]	[hàng chục triệu] bản
ヒット作品	ヒットさくひん	tác phẩm hit, tác phẩm được quan tâm hàng đầu
ヒット[する]		hit, được quan tâm hàng đầu
エンターテイメント		giải trí
プロ		nhà nghề, chuyên nghiệp
～ごとく		giống như, hệt như
巨大	きょだい	khổng lồ
競争原理	きょうそうげんり	nguyên lí cạnh tranh
原理	げんり	nguyên lí
水準	すいじゅん	tiêu chuẩn, chuẩn mực
生み出す	うみだす	cho ra đời
～のみ		chỉ ～, duy nhất ～
～さ(おもしろ～)		tiếp vĩ ngữ, sự (thú vị)
保証[する]	ほしょう[する]	bảo chứng, bảo đảm
過剰[な]	かじょう[な]	thái quá
ピッチャー		cầu thủ ném bóng (bóng chày)
シーン		cảnh
秒	びょう	giây
満つ	みつ	đầy
動作	どうさ	động tác
主人公	しゅじんこう	nhân vật chính
光景	こうけい	cảnh tượng, hình ảnh
描く	えがく	miêu tả
毎回	まいかい	mỗi lần
直前	ちょくぜん	ngay trước khi
起こる	おこる	xảy ra

14

次週	じしゅう	tuần tiếp theo
期待[する]	きたい[する]	mong chờ
テクニック		kỹ thuật, kỹ xảo
手法	しゅほう	thủ pháp
作り上げる	つくりあげる	tạo ra
ノウハウ		bí quyết
夢中	むちゅう	sự say mê, sự say sưa
蓄積[する]	ちくせき[する]	tích lũy
亜流	ありゅう	kẻ bắt chước, kẻ ăn theo
トップブランド		thương hiệu hàng đầu
別冊	べっさつ	phụ lục được biên soạn theo tập riêng
激しい	はげしい	khốc liệt
大げさ[な]	おおげさ[な]	phóng đại
〜程度	〜ていど	khoảng chừng 〜
取り上げる	とりあげる	nêu ra, nêu lên
状況	じょうきょう	tình trạng
具体例	ぐたいれい	ví dụ cụ thể

話す・聞く

昔話	むかしばなし	truyện cổ tích
話し手	はなして	người nói, người kể
あいづち		tiếng đệm, lời nói phụ họa khi hội thoại
打つ[あいづちを〜]	うつ	nói [lời phụ họa]
銀河	ぎんが	ngân hà
鉄道	てつどう	đường sắt
触れる[手に〜]	ふれる[てに〜]	chạm [vào tay]
永遠	えいえん	mãi, vĩnh viễn
ストーリー		câu chuyện
一言	ひとこと	một đôi lời
結末	けつまつ	kết thúc, phần cuối
コーヒーショップ		quán cà phê
ショップ		quán, cửa hàng
映像	えいぞう	hình ảnh
神秘的[な]	しんぴてき[な]	thần bí

はまる[アニメに～]		mê, ghiền [phim hoạt hình]
宇宙列車	うちゅうれっしゃ	tàu lửa vũ trụ
列車	れっしゃ	tàu lửa
宇宙船	うちゅうせん	tàu vũ trụ
機械化	きかいか	cơ giới hóa
～化	～か	～ hóa
取り残す	とりのこす	chừa lại, để lại
生身	なまみ	cơ thể sống, bằng xương bằng thịt
彼ら	かれら	họ
差別[する]	さべつ[する]	phân biệt đối xử
狩猟	しゅりょう	đi săn
犠牲	ぎせい	hy sinh, chết
遺言	ゆいごん	lời trăng trối, di ngôn
出遭う / 出会う	であう	gặp, gặp gỡ, gặp phải
土星	どせい	sao thổ
食堂車	しょくどうしゃ	toa tàu bán thức ăn
血	ち	máu
通う[血が～]	かよう[ちが～]	[máu] chảy
幻覚	げんかく	ảo giác
襲う	おそう	xâm chiếm, tấn công
身	み	thân thể, cơ thể
投げ出す[身を～]	なげだす[みを～]	xả [thân]
粉々	こなごな	nhỏ, li ti
ガラス球	ガラスだま	viên thủy tinh
球	たま	viên, quả hình cầu
散る	ちる	tan biến
美形	びけい	dung nhan đẹp. ngoại hình đẹp
鉱山	こうざん	mỏ
閉じ込める	とじこめる	nhốt
知恵	ちえ	trí tuệ
出しあう	だしあう	góp
～後[何日～]	～ご[なんにち～]	sau [vài ngày]
ジャングル		rừng rậm nhiệt đới
兵士	へいし	binh sĩ, người lính

枠組み	わくぐみ	khung, bố cục
あらすじ		nét chính của câu chuyện, cốt truyện
場面	ばめん	tình huống, bối cảnh

文法・練習

外出[する]	がいしゅつ[する]	đi ra ngoài
PC	ピーシー	máy tính cá nhân
チェックイン[する]		nhận phòng
使用[する]	しよう[する]	sử dụng
ちまき		bánh gạo gói trong lá tre
かしわもち		bánh Kashiwa-mochi, một loại bánh nếp gói lá anh đào
受賞者	じゅしょうしゃ	người đoạt giải
出身者	しゅっしんしゃ	người xuất thân từ
砂漠	さばく	sa mạc
パンダ		gấu trúc
交換[する]	こうかん[する]	trao đổi
冷める	さめる	nguội
まずい		dở
溶ける	とける	chảy, tan
睡眠	すいみん	giấc ngủ
欠く	かく	thiếu
ただの		chỉ, đơn thuần
ギョーザ		*Gyoza* (há cảo: bánh nhồi thịt bằm)
おふくろ		mẹ tôi
重要[な]	じゅうよう[な]	quan trọng
両方	りょうほう	cả hai, hai phía
立場	たちば	lập trường
建設[する]	けんせつ[する]	xây dựng
議論[する]	ぎろん[する]	thảo luận, tranh luận
ゆれる		rung
被害	ひがい	thiệt hại
関係者	かんけいしゃ	người liên quan
負けるが勝ち	まけるがかち	đôi lúc cần nhường đối thủ một keo để rồi giành thắng lợi chung cuộc

得[な]	とく[な]	lợi
外食[する]	がいしょく[する]	ăn ngoài, ăn tiệm
ちらし寿司	ちらしずし	*Chirashizushi* (một món ăn có cơm ở dưới với sashimi, gừng … ở trên)
ダイレクトメール		thư quảng cáo
宣伝[する]	せんでん[する]	quảng cáo
郵送[する]	ゆうそう[する]	gửi bằng đường bưu điện
夕刊	ゆうかん	báo phát hành vào buổi chiều
発行[する]	はっこう[する]	phát hành
早起きは三文の得	はやおきはさんもんのとく	dậy sớm có nhiều cái lợi
早起き	はやおき	thức dậy sớm
自然エネルギー	しぜんエネルギー	năng lượng tự nhiên
地域社会	ちいきしゃかい	cộng đồng khu vực
分析[する]	ぶんせき[する]	phân tích
部署	ぶしょ	phòng ban
活動[する]	かつどう[する]	hoạt động
ボランティア活動	ボランティアかつどう	hoạt động tình nguyện
改善[する]	かいぜん[する]	cải thiện
対策	たいさく	giải pháp
ヨガ		Yoga
ジャズダンス		nhảy Jazz
マッサージ		mát-xa
スポーツジム		phòng gym, phòng tập thể dục
～余り[260年～]	～あまり[260ねん～]	hơn [260 năm]
ＮＧＯ	エヌジーオー	tổ chức phi chính phủ
グローバル[な]		toàn cầu
夏日	なつび	ngày hè nóng bức
回復[する]	かいふく[する]	hồi phục
住民	じゅうみん	người dân, cư dân
インストール[する]		cài đặt
生産	せいさん	sự sản xuất
野球大会	やきゅうたいかい	giải đấu bóng chày
悔しい	くやしい	tiếc nuối
後ろ姿	うしろすがた	dáng vẻ nhìn từ sau lưng

問題

女優	じょゆう	nữ diễn viên
演劇	えんげき	kịch
～部［演劇～］	～ぶ［えんげき～］	câu lạc bộ [kịch]
成長［する］	せいちょう［する］	trưởng thành
役	やく	vai, vai diễn
最中	さいちゅう	giữa chừng, trong khi
非常ベル	ひじょうベル	chuông báo động
実は	じつは	thực ra
活気	かっき	sức sống
風景	ふうけい	phong cảnh
生き生き［する］	いきいき［する］	sống động, sinh động
実写［する］	じっしゃ［する］	tả thực
通り過ぎる	とおりすぎる	đi qua, lướt qua
カップラーメン		mì ly
温泉旅館	おんせんりょかん	khách sạn có phục vụ tắm nước nóng onsen
旅館	りょかん	khách sạn kiểu Nhật truyền thống
オリジナリティー		nét riêng, nét độc đáo
キャラクター		nhân vật

| 主人公は〜と（って）いう〜。 | nhân vật chính là nhân vật có tên ~. |
| 〜っていう話。 | chuyện rằng ~. |

Sử dụng khi tóm tắt lại một câu chuyện nào đó.

| …という（って）話、知ってる？ | Anh/ chị có biết chuyện rằng … hay không? |
| で、どうなったの？ 結局。 | Và rốt cuộc đã như thế nào? |

Sử dụng khi thúc giục ai đó tiếp tục kể chuyện.

『ドラゴンボール』   *Dragon Ball*: truyện tranh và phim hoạt hình Nhật Bản. Gây tiếng vang tại Nhật Bản và trên thế giới.

ディズニー   Hãng phim Disney: Công ty điện ảnh của Mỹ, do Walt Disney sáng lập.

『銀河鉄道９９９』	*Galaxy Express 999* (Đoàn tàu ngân hà): truyện tranh, phim hoạt hình và phim hoạt hình điện ảnh khoa học viễn tưởng Nhật Bản.
星野鉄郎	Hoshino Tetsuro: Người hùng của *Galaxy Express 999*.
クレア	Claire: Một nhân vật nữ xuất hiện trong *Galaxy Express 999*.
アンドロメダ	Ngân hà Andromeda
光源氏	Hikaru Genji: Nhân vật chính trong truyện *Genji Monogatari*.
『ワンピース(ONE PIECE)』	*One Piece*: truyện tranh và phim hoạt hình Nhật Bản dành cho thiếu niên, kể về cuộc phiêu lưu trên biển, được dịch và phát sóng trên toàn thế giới.
チリ	Chile
『浦島太郎』	*Urashima Taro*: Một câu chuyện cổ tích Nhật Bản.
ルーマニア	Rumani
東ヨーロッパ	Đông Âu
湯川秀樹	Yukawa Hideki: Nhà vật lý lý thuyết đầu tiên của Nhật Bản được nhận giải thưởng Nobel về Vật lý (năm 1949). 1907-1981.
利根川進	Tonegawa Susumu: Nhà sinh vật học được trao tặng giải Nobel sinh lý học và y học (năm 1987) 1939-.
京都大学	Đại học Kyoto
『奇跡の人』	*The Miracle Worker*: Một bộ phim miêu tả cuộc sống của Helen Keller (người đã vượt qua 3 khiếm khuyết bẩm sinh là bị mù, điếc, câm) và gia sư của mình, cô Anne Sullivan.
『ガラスの仮面』	*Glass Mask*: truyện tranh Nhật Bản dành cho bé gái.
ヘレン・ケラー	Helen Keller: Nhà văn, nhà hoạt động chính trị và giảng viên người Mỹ 1880-1968.
宮崎駿	Miyazaki Hayao: Tác giả phim hoạt hình, đạo diễn và họa sĩ vẽ truyện tranh 1941-.
『ルパン三世 カリオストロの城』	*Lupin III The Castle of Cagliostro*: Một bộ phim hoạt hình trong sê-ri phim Lupin III.
『崖の上のポニョ』	*Ponyo*: Một bộ phim hoạt hình của Studio Ghibli (Miyazaki Hayao).
『魔女の宅急便』	*Kiki's Delivery Service*: Một bộ phim hoạt hình của Studio Ghibli (Miyazaki Hayao).
『千と千尋の神隠し』	*Spirited Away*: Một bộ phim hoạt hình của Studio Ghibli (Miyazaki Hayao).

Bài 15

読む・書く

説明文	せつめいぶん	câu văn giải thích
右に出る	みぎにでる	giỏi hơn, xuất sắc hơn
切り上げる	きりあげる	ngắt, ngừng
謙遜[する]	けんそん[する]	khiêm nhường, khiêm tốn
そこで		vì vậy, vì thế
行列	ぎょうれつ	hàng
横目	よこめ	liếc nhìn, nhìn ngang
動き回る	うごきまわる	di chuyển vòng quanh, bò quanh
一見	いっけん	thoáng qua
行き来[する]	ゆきき[する]	đi lại
担ぐ	かつぐ	khiêng, vác
割合	わりあい	tỉ lệ
構成[する]	こうせい[する]	cấu thành, hình thành
新た[な]	あらた[な]	mới
組織[する]	そしき[する]	tổ chức
集団	しゅうだん	nhóm, đoàn thể
経つ[時間が〜]	たつ[じかんが〜]	[thời gian ~] trôi qua
比率	ひりつ	tỉ lệ
分担[する]	ぶんたん[する]	phân công
さすがに		đúng là, quả là
能率	のうりつ	năng suất
落ちる[能率が〜]	おちる[のうりつが〜]	giảm [năng suất]
登場[する]	とうじょう[する]	xuất hiện
ご存じ	ごぞんじ	biết (kính ngữ của từ 'shitteiru')
人材	じんざい	nhân lực
スタート[する]		bắt đầu
特命	とくめい	sứ mệnh đặc biệt, nhiệm vụ đặc biệt
プロジェクト		dự án
スタープレイヤー		cầu thủ nổi tiếng, cầu thủ ngôi sao

プレイヤー		cầu thủ, tuyển thủ
チーム		đội
からめる		đưa đến, kết nối đến
法則	ほうそく	quy luật
当たる[法則が〜]	あたる[ほうそくが〜]	[đúng] quy luật
脇役	わきやく	vai phụ
脚本	きゃくほん	kịch bản
偉大	いだい	to lớn, vĩ đại
脈拍	みゃくはく	nhịp đập của mạch
上がる[脈拍が〜]	あがる[みゃくはくが〜]	[nhịp đập của mạch] tăng lên
アドレナリン		hóc-môn adrenalin
徐々に	じょじょに	dần dần
疲弊[する]	ひへい[する]	rệu rã, mệt mỏi
理想的[な]	りそうてき[な]	lý tưởng
現象	げんしょう	hiện tượng
参考資料	さんこうしりょう	tài liệu tham khảo

話す・聞く

プライベート[な]		riêng tư
示す[興味を〜]	しめす[きょうみを〜]	bày tỏ [sự hứng thú]
老舗	しにせ	cửa hàng có từ lâu đời
優れる	すぐれる	giỏi, xuất sắc
営業マン	えいぎょうマン	nhân viên kinh doanh
太鼓	たいこ	trống (Nhật Bản)
腕[太鼓の〜]	うで[たいこの〜]	kĩ năng [chơi trống]
地元	じもと	địa phương, bản địa
取引先	とりひきさき	khách hàng, công ty giao dịch
絨毯	じゅうたん	tấm thảm
出張所	しゅっちょうじょ	văn phòng chi nhánh
所長	しょちょう	trưởng văn phòng
社名	しゃめい	tên công ty
名	な	tên
織物	おりもの	hàng dệt may
モダン[な]		hiện đại

市場開拓	しじょうかいたく	khai thác thị trường mới
開拓[する]	かいたく[する]	khai thác
きっての		tốt nhất, xuất sắc nhất
何しろ	なにしろ	dù thế nào đi nữa
知識	ちしき	kiến thức
成果	せいか	thành quả
あげる[成果を～]	[せいかを～]	đạt được [thành quả]
実	み	trái, quả
結ぶ[実を～]	むすぶ[みを～]	kết [trái]
魅する	みする	thu hút, hấp dẫn
磨く[腕を～]	みがく[うでを～]	mài giũa [kĩ năng]
～好き[太鼓～]	～ずき[たいこ～]	người yêu thích [trống]
得意	とくい	giỏi
顔負け	かおまけ	sự xấu hổ, sự ngượng ngùng
リズム		nhịp điệu
～感[リズム～]	～かん	cảm [nhịp] (cảm giác về nhịp điệu)
甘える[お言葉に～]	あまえる[おことばに～]	xin nhận [ý tốt]
メンバー		thành viên
リーダー		người cầm đầu, người lãnh đạo
踊り	おどり	điệu nhảy, điệu múa
ブレイクダンス		nhảy đường phố "break dance"
才能	さいのう	tài năng
シェフ		đầu bếp
好意	こうい	ý tốt
ホームカミングデイ		ngày đón tiếp cựu sinh viên trở về trường cũ
代々	だいだい	các thế hệ
実行委員	じっこういいん	thành viên ban tổ chức
進行[する]	しんこう[する]	tiến hành
部下	ぶか	cấp dưới
後輩	こうはい	đàn em

文法・練習

LED 電球	エルイーディーでんきゅう	đèn LED
電球	でんきゅう	bóng đèn tròn

寿命	じゅみょう	tuổi thọ
用いる	もちいる	sử dụng
お嬢さん	おじょうさん	con gái (của người khác)
転職[する]	てんしょく[する]	thay đổi công việc
環境問題	かんきょうもんだい	vấn đề môi trường
経営[する]	けいえい[する]	kinh doanh
すべて		tất cả
各国	かっこく	các quốc gia, các nước
地球温暖化	ちきゅうおんだんか	sự nóng lên của trái đất
温暖化	おんだんか	sự nóng lên
家族関係	かぞくかんけい	mối quan hệ gia đình
論文	ろんぶん	luận văn
題名	だいめい	đề tài
ベジタリアン		người ăn chay
選挙[する]	せんきょ[する]	tuyển cử, bầu cử
出る[選挙に～]	でる[せんきょに～]	tham gia [tuyển cử], ứng cử
混乱[する]	こんらん[する]	hỗn loạn, rối ren
調整[する]	ちょうせい[する]	sắp xếp, điều chỉnh
当番	とうばん	phiên làm việc
交代[する]	こうたい[する]	thay thế, thay phiên
ピアニスト		nghệ sĩ piano
楽器	がっき	nhạc cụ
一家[音楽～]	いっか[おんがく～]	gia đình [âm nhạc]
秘密	ひみつ	bí mật
帰国生徒	きこくせいと	những học sinh trở về Nhật sau quá trình sống và học tập ở nước ngoài
器用[な]	きよう[な]	khéo léo
かく[汗を～]	[あせを～]	đổ [mồ hôi]
注文[する]	ちゅうもん[する]	đặt, gọi
マナー		cách cư xử, phép tắc
国民栄誉賞	こくみんえいよしょう	giải thưởng danh dự nhân dân
栄誉	えいよ	vinh dự
信頼[する]	しんらい[する]	tin tưởng, tin cậy
思い浮かべる	おもいうかべる	liên tưởng đến

中年	ちゅうねん	trung niên
提供[する]	ていきょう[する]	đưa ra, cung cấp
展開[する]	てんかい[する]	triển khai
走り回る	はしりまわる	chạy quanh

問題

こうして		như thế này
あっという間	あっというま	trong nháy mắt, loáng một cái
支社	ししゃ	công ty con, chi nhánh
しみじみ		sâu sắc
でかい		to, lớn
つながり[人と人との～]	[ひととひととの～]	sự kết nối [giữa người với người]
金儲け	かねもうけ	kiếm tiền
緊急	きんきゅう	khẩn cấp
共生[する]	きょうせい[する]	cộng sinh, sống chung
耳にする	みみにする	nghe thấy
共に	ともに	cùng với
利益	りえき	lợi ích
分かち合う	わかちあう	chia sẻ
ヤドカリ		cua ẩn sĩ
イソギンチャク		hải quỳ
用語	ようご	thuật ngữ, từ chuyên môn
社会科学	しゃかいかがく	khoa học xã hội
分野	ぶんや	lĩnh vực
込める[意味を～]	こめる[いみを～]	chứa đựng, bao gồm [nghĩa]
乗り越える	のりこえる	vượt qua
怠け者	なまけもの	kẻ lười biếng
真面目[な]	まじめ[な]	nghiêm túc, chăm chỉ
ナマケモノ		con lười
ぶら下がる	ぶらさがる	treo lòng thòng, rủ xuống, đu xuống
移動[する]	いどう[する]	di chuyển
エネルギー		năng lượng
ちょうど		vừa đúng

賢い	かしこい	thông minh, nhanh nhạy

〜さんの右に出る人はいない。	Không có ai giỏi hơn 〜.
そんな大（たい）したものじゃありません。	Không phải là điều gì to tát cả.

> Cách trả lời một cách khiêm tốn khi được khen tặng.

いえ、それほどでも。	Không, tôi không được như vậy đâu.

> Cách trả lời một cách khiêm tốn khi được khen tặng.

ただ、自分で言うのもなんですが、……。	Chỉ là suy nghĩ của riêng tôi mà thôi, ….

> Được sử dụng như một lời mở đầu để nói điều gì đó về bản thân mình trong đó có một phần nào tự hào.

お言葉（ことば）に甘（あま）えて、……。	Tôi xin nhận lời/ý tốt của anh/chị

> Được sử dụng như một lời mở đầu khi chấp nhận sự giúp đỡ.

「水戸黄門（みとこうもん）」	'Mito Komon': Một câu chuyện về Tokugawa Mitsukuni (aka Mito Mitsukuni), cựu lãnh đạo của miền Mito, mô tả ông ta đi du lịch khắp các vùng Nhật Bản để khôi phục lại hòa bình và trật tự xã hội.
助（すけ）さん、角（かく）さん	Suke-san and Kaku-san: Hai người đồng hành cùng với ông Mito Mitsukuni trong chuyến đi.
うっかり八兵衛（はちべえ）	Ukkari Hachibe: Một nhân vật phụ xuất hiện trong 'Mito Komon'.
『ハリー・ポッター』	*Harry Potter*: Sê-ri truyện giả tưởng cho trẻ em được viết bởi tác giả người Anh J.K. Rowling. Cũng đã được chuyển thành phim.
ロン	Ronald Weasley: Bạn thân của Harry.
ハーマイオニー	Hermione Granger: Bạn thân của Harry.
ネビル・ロングボトム	Neville Longbottom: Bạn cùng phòng với Harry và Ron.
トルコ	Thổ Nhĩ Kỳ
イスタンブール	Thành phố Istanbul thuộc Thổ Nhĩ Kỳ
新潟（にいがた）	Niigata: Một tỉnh phía Tây Bắc vùng Chubu thuộc đảo Honshu, giáp với biển Nhật Bản.
佐渡（さど）	Sado Island: Một hòn đảo thuộc tỉnh Niigata.
鬼太鼓（おんでこ）	Ondeko: Trống vùng đảo Sado. Được sử dụng trong các Lễ hội ở Jinja, nhằm xua đuổi tà ma, cầu mong buôn may bán đắt, mùa màng bội thu.
佐渡（さど）おけさ	Sado Okesa: Một bài hát dân ca ở đảo Sado.

マイケル・ジャクソン	Michael Jackson: Ca sĩ nhạc pop người Mỹ (1958-2009).
欧米(おうべい)	Âu Mỹ
徳島(とくしま)	Tokushima: Tỉnh Tokushima ở đảo Shikoku.
阿波(あわ)踊(おど)り	Awa Odori: Một loại "bon odori" (điệu nhảy truyền thống) vùng Tokushima.
サンバ	Samba: Một điệu nhảy dân gian của người Brazil.

Bài 16

読む・書く

個人情報	こじんじょうほう	thông tin cá nhân
流出[する]	りゅうしゅつ[する]	rò rỉ, lộ ra
新聞記事	しんぶんきじ	bài báo
社会面	しゃかいめん	trang xã hội (trên báo)
概要	がいよう	khái quát, khái lược
すばやい		nhanh chóng
事実[〜関係]	じじつ[〜かんけい]	[mối liên quan] sự thật
不幸[な]	ふこう[な]	không may mắn, bất hạnh
幸い	さいわい	may mắn
苦い[〜体験]	にがい[〜たいけん]	[kinh nghiệm] cay đắng
慰める	なぐさめる	an ủi, động viên
〜づける[元気〜]	[げんき〜]	tiếp thêm [sức mạnh]
カード[会員〜]	[かいいん〜]	thẻ [hội viên]
漏れる	もれる	rò rỉ, lộ ra
通信[する]	つうしん[する]	truyền thông
販売[する]	はんばい[する]	bán
同社	どうしゃ	cùng công ty
加入[する]	かにゅう[する]	gia nhập
可能性	かのうせい	khả năng
実態	じったい	tình hình thực tế
氏名	しめい	họ tên
預金[〜口座]	よきん[〜こうざ]	[tài khoản] tiền gửi
口座	こうざ	tài khoản ngân hàng
職業	しょくぎょう	nghề nghiệp
生年月日	せいねんがっぴ	ngày tháng năm sinh
項目	こうもく	mục
及ぶ	およぶ	lên đến
上旬	じょうじゅん	đầu tháng, thượng tuần
覚え[身に〜がない]	おぼえ[みに〜がない]	[bản thân không] nhớ

未払い[金]	みはらい[きん]	[khoản tiền] chưa trả
請求書	せいきゅうしょ	hóa đơn thanh toán
請求[する]	せいきゅう[する]	yêu cầu thanh toán
判明[する]	はんめい[する]	trở nên sáng tỏ
同様[な]	どうよう[な]	giống
～件	～けん	vụ ～
寄せる	よせる	đến, đưa đến
既に	すでに	đã, rồi
応じる	おうじる	ứng với
支払い	しはらい	sự chi trả
情報管理	じょうほうかんり	sự quản lý thông tin
管理[する]	かんり[する]	quản lý
事態	じたい	tình trạng sự việc, sự thể
遺憾	いかん	đáng tiếc
コンピューターシステム		hệ thống máy tính
システム		hệ thống
トラブル		lỗi, sự cố
内部	ないぶ	nội bộ
ないし		hoặc
引き出す	ひきだす	rút ra, lấy ra
流失	りゅうしつ	rò rỉ
面[システム～]	めん	mặt, khía cạnh [hệ thống]
進める[調査を～]	すすめる[ちょうさを～]	tiến hành [điều tra]
求める	もとめる	yêu cầu
おわび		lời xin lỗi
書面	しょめん	văn bản
更新[する]	こうしん[する]	đổi mới
早急[な]	さっきゅう[な]	khẩn cấp
講ずる	こうずる	đưa ra, xây dựng
被害者	ひがいしゃ	nạn nhân, người bị hại
有料[～サイト]	ゆうりょう	[trang web] có thu phí
サイト		trang web
受け取る	うけとる	nhận
請求金額	せいきゅうきんがく	số tiền thanh toán

指定[する]	してい[する]	chỉ định
振り込む	ふりこむ	chuyển khoản
だます		lừa gạt
不審[に]	ふしん[に]	đáng nghi
懸命[な]	けんめい[な]	nghiêm chỉnh, nghiêm túc
何者	なにもの	người nào, kẻ nào
犯行	はんこう	hành vi phạm tội
知人	ちじん	người quen
日付	ひづけ	ngày tháng
タウンニュース		tin tức địa phương
要素	ようそ	yếu tố
原稿	げんこう	bản thảo
見出し	みだし	tiêu đề, đầu đề

話す・聞く

滑らす	すべらす	trượt
捻挫[する]	ねんざ[する]	bong gân, trật khớp
後悔[する]	こうかい[する]	hối tiếc
落ち込む	おちこむ	cảm thấy chán nản
転倒[する]	てんとう[する]	ngã
言い表す	いいあらわす	bày tỏ
励ます	はげます	khích lệ
ハンドル		tay lái
切り損ねる	きりそこねる	mất tay lái
ひっくり返る	ひっくりかえる	ngã ngửa
人身事故	じんしんじこ	tai nạn giao thông gây chấn thương hoặc tử vong
起こす[事故を〜]	おこす[じこを〜]	gây ra [tai nạn]
危うく	あやうく	suýt
左折[する]	させつ[する]	rẽ trái
飛び出す	とびだす	chạy ra, nhảy ra, lao ra
切る[ハンドルを〜]	きる	bẻ [tay lái]
スリップ[する]		trượt
ひざ		đầu gối
ライト		đèn

カバー		vỏ bọc
はねる[人を〜]	[ひとを〜]	đâm vào [người]
頭[が]痛い	あたま[が]いたい	đau đầu
くよくよ[する]		rầu rĩ
おごる		chiêu đãi, khao
締切[日]	しめきり[び]	hạn chót
よそ見	よそみ	nhìn chỗ khác
右手	みぎて	tay phải
離す[目を〜]	はなす[めを〜]	rời [mắt] khỏi
誤る	あやまる	nhầm, sai
入力[する]	にゅうりょく[する]	nhập vào
プリントアウト[する]		in ra
俺	おれ	tôi (từ thường được sử dụng bởi đàn ông)
バカ		ngu ngốc, ngớ ngẩn
やり直し	やりなおし	làm lại
油	あぶら	dầu
ひっくり返す	ひっくりかえす	lật lại
マット		nệm, đệm
べとべと		dính, bết
つく[火が〜]	[ひが〜]	bén [lửa]
見方	みかた	cách nhìn
骨折[する]	こっせつ[する]	gãy (xương)
うまくいく		tiến triển tốt, thuận lợi
まいる		trở nên khó khăn
まいったなあ		Chết tôi rồi!
ひどい		kinh khủng, khủng khiếp

文法・練習

開発[する]	かいはつ[する]	phát triển
要求[する]	ようきゅう[する]	yêu cầu
改める	あらためる	cải cách
従う	したがう	tuân theo
急激[な]	きゅうげき[な]	nhanh, mạnh mẽ
ＡＴＭ	エーティーエム	máy rút tiền tự động ATM

とどまる		dừng lại
少子高齢化	しょうしこうれいか	tỷ lệ sinh giảm và dân số già đi
高齢化	こうれいか	sự già hóa dân số
活力	かつりょく	sức sống, sinh khí
業界	ぎょうかい	ngành, ngành nghề
需要	じゅよう	nhu cầu
新人	しんじん	người mới, nhân viên mới
挑戦[する]	ちょうせん[する]	thử thách
消費税	しょうひぜい	thuế tiêu thụ
少子化	しょうしか	tỉ lệ sinh giảm
備える	そなえる	chuẩn bị
カリキュラム		chương trình giảng dạy
見直す	みなおす	xem xét lại
年末	ねんまつ	cuối năm
時期	じき	thời điểm
予測[する]	よそく[する]	dự đoán, dự báo
避難[する]	ひなん[する]	lánh nạn
予算	よさん	dự toán, ngân sách
突然	とつぜん	đột nhiên
訪問[する]	ほうもん[する]	viếng thăm
歓迎[する]	かんげい[する]	hoan nghênh, chào đón
決勝戦	けっしょうせん	trận chung kết
～戦	～せん	trận ～
出場[する]	しゅつじょう[する]	tham gia
上達[する]	じょうたつ[する]	tiến bộ
高齢	こうれい	cao tuổi
当然	とうぜん	đương nhiên
気配	けはい	dấu hiệu, vẻ
長期	ちょうき	dài hạn
追う	おう	đuổi bắt
住人	じゅうにん	người dân
呼びかける	よびかける	kêu gọi
立ち上げる	たちあげる	lập nên
高速道路	こうそくどうろ	đường cao tốc

無料化	むりょうか	miễn thu phí
引き下げる	ひきさげる	hạ xuống, giảm
オリンピック		Olympic
出場権	しゅつじょうけん	quyền thi đấu, suất tham gia thi đấu
〜権	〜けん	quyền
手にする	てにする	có được, giành được
身分証明書	みぶんしょうめいしょ	giấy chứng minh nhân dân
身分	みぶん	thân phận, thân thế
証明書	しょうめいしょ	giấy chứng minh, giấy chứng nhận
不要[な]	ふよう[な]	không cần thiết
問い合わせる	といあわせる	hỏi, trao đổi
ネット		Internet
満席	まんせき	kín chỗ, hết chỗ
提出[する]	ていしゅつ[する]	nộp
電気料金	でんきりょうきん	tiền điện
〜料金	〜りょうきん	phí 〜
思わず	おもわず	bất giác, bất chợt
燃え移る	もえうつる	cháy lan sang
左手	ひだりて	tay trái
すとんと〜		(rơi) thẳng xuống
必死[に]	ひっし[に]	quyết tâm, hết sức
ひっぱり上げる	ひっぱりあげる	kéo mạnh lên
無事	ぶじ	an toàn, vô sự
引き上げる	ひきあげる	kéo nâng lên
きょとんと〜		ngơ ngác
たった		chỉ, vỏn vẹn
占い	うらない	bói

問題

リストラ[する]		tái cơ cấu
契約社員	けいやくしゃいん	nhân viên hợp đồng
安定[する]	あんてい[する]	ổn định, vững chắc
まさか		chẳng lẽ là, lẽ nào lại là
気分転換	きぶんてんかん	thay đổi không khí

チャンス		cơ hội
ウェブサイト		trang web
不正使用	ふせいしよう	sử dụng trái phép
被害額	ひがいがく	số tiền thiệt hại
額［被害〜］	がく［ひがい〜］	số tiền [thiệt hại]
当たり［一人〜］	あたり［ひとり〜］	mỗi [người]
金銭	きんせん	tiền bạc
失う	うしなう	làm mất
在住［する］	ざいじゅう［する］	sống tại
フリーメール		e-mail miễn phí
不明	ふめい	không rõ ràng, không minh bạch
送信［する］	そうしん［する］	gửi
創作［する］	そうさく［する］	sáng tác
築く	きずく	xây dựng
強盗	ごうとう	kẻ cướp
出国［する］	しゅっこく［する］	rời khỏi đất nước
宛［友人〜］	あて［ゆうじん〜］	địa chỉ đến [bạn thân]
帳［アドレス〜］	ちょう	sổ ghi [địa chỉ]
売買［する］	ばいばい［する］	mua bán
大量	たいりょう	số lượng lớn
捕まる	つかまる	bị bắt

あーあ。〜ばよかった。	Ôi, nếu mà 〜 thì đã tốt rồi.
	Nói một điều gì đó có vẻ tiếc nuối.
泣きたい気分だよ。	Tôi cảm thấy muốn khóc luôn rồi đấy.
	Để ai đó biết rằng bạn đang cảm thấy rất vất vả, khổ sở.
くよくよしないで。	Đừng có rầu rĩ nữa.
	An ủi một ai đó.
…だけでもよかったじゃない。不幸中の幸いだよ。	Dù chỉ … thì cũng đã tốt rồi. Đó là điều may mắn trong lúc không may này rồi đấy.
	An ủi một người nào đó bằng cách chỉ ra điểm tốt trong một sự việc không may.
…たと思えば〜じゃないですか。	Cứ xem như là … thì chẳng phải 〜 hay sao?
	An ủi một người nào đó bằng cách chỉ ra rằng chúng ta có thể làm cho một tình huống xấu trở nên tốt bằng cách thay đổi cách chúng ta nhìn vào nó.

ものは考えようですよ。	Tất cả mọi việc điều tùy thuộc vào cách nhìn của bạn mà thôi.

An ủi ai đó.

東南(とうなん)アジア	Đông Nam Á
メジャーリーグ	Major League Baseball: Một giải đấu bóng chày chuyên nghiệp ở Bắc Mỹ, bao gồm các đội đến từ Mỹ và Canada.
東京(とうきょう)スカイツリー	Tokyo Skytree: Một tháp truyền hình ở quận Sumida, Tokyo, bắt đầu hoạt động vào năm 2012, thay thế cho tháp Tokyo. Là tòa tháp cao nhất trên thế giới với chiều cao 634m.
ダイアン吉日(きちじつ)	Diane Kichijitsu: Nghệ sĩ người Anh biểu diễn Rakugo.
マドリード	Madrid: Thủ đô và là thành phố lớn nhất của Tây Ban Nha.

Bài 17

読む・書く

暦	こよみ	lịch
お兄ちゃん	おにいちゃん	anh hai
呼称	こしょう	cách xưng hô
スタイル		kiểu, cách, phong cách
太陽暦	たいようれき	lịch dương
太陰暦	たいいんれき	lịch âm
太陰太陽暦	たいいんたいようれき	lịch âm dương
まつわる		xoay quanh
本来	ほんらい	vốn dĩ
タコ		bạch tuộc
八角形	はっかっけい	hình bát giác
不備	ふび	sự thiếu sót, sự không hoàn chỉnh
補う	おぎなう	bổ sung
呼び名	よびな	tên gọi
ずれる		lệch
改暦[する]	かいれき[する]	thay đổi lịch
新暦	しんれき	lịch dương
旧暦	きゅうれき	lịch âm
別	べつ	ngoài
睦月	むつき	tên gọi tháng 1 trong lịch âm
如月	きさらぎ	tên gọi tháng 2 trong lịch âm
弥生	やよい	tên gọi tháng 3 trong lịch âm
木の葉	このは	lá cây
転じる	てんじる	chuyển thành, đổi thành
葉月	はづき	tên gọi tháng 8 trong lịch âm
長月	ながつき	tên gọi tháng 9 trong lịch âm
名づける	なづける	đặt tên
立春	りっしゅん	lập xuân
初旬	しょじゅん	đầu tháng

生じる	しょうじる	nảy sinh, phát sinh
長年	ながねん	nhiều năm
慣れ親しむ	なれしたしむ	quen thuộc với
切り替える	きりかえる	đổi, thay đổi
体制	たいせい	thể chế
人心	じんしん	lòng người
一新[する]	いっしん[する]	cải cách, đổi mới
閏年	うるうどし	năm nhuận
抱える[問題を〜]	かかえる[もんだいを〜]	có [vấn đề]
会計	かいけい	kế toán
年度	ねんど	năm tài chính
西洋	せいよう	phương Tây
ならう		học theo
一定	いってい	cố định
諸〜[〜外国]	しょ〜[〜がいこく]	các ~ [quốc gia bên ngoài]
実施[する]	じっし[する]	thực hiện, thực thi
唐突[な]	とうとつ[な]	đường đột, bất ngờ
戸惑う	とまどう	hoang mang, bối rối
真の	しんの	thật sự
ねらい		mục đích
当時	とうじ	khi đó
支出[する]	ししゅつ[する]	chi
占める	しめる	chiếm
人件費	じんけんひ	chi phí nhân công
費[人件〜]	ひ[じんけん〜]	chi phí [nhân công]
不足[する]	ふそく[する]	thiếu
新制度	しんせいど	chế độ mới
導入[する]	どうにゅう[する]	áp dụng
役人	やくにん	công chức
補充[する]	ほじゅう[する]	bổ sung, tuyển dụng thêm
財政難	ざいせいなん	khó khăn về tài chính
財政	ざいせい	tài chính
難[財政〜]	なん[ざいせい〜]	khó khăn [tài chính]
新政権	しんせいけん	chính quyền mới

政権	せいけん	chính quyền
翌日	よくじつ	ngày tiếp theo, ngày kế tiếp
決断[する]	けつだん[する]	quyết định
翌年	よくねん	năm tiếp theo, năm kế tiếp
計〜	けい〜	tổng 〜
回避[する]	かいひ[する]	tránh
もくろむ		lên kế hoạch
作成[する]	さくせい[する]	viết, soạn
報告[する]	ほうこく[する]	báo cáo

話す・聞く

歓談[する]	かんだん[する]	nói chuyện vui vẻ, nói chuyện thoải mái
節分	せつぶん	ngày mùa xuân bắt đầu
行事	ぎょうじ	sự kiện, lễ hội
リビングルーム		phòng khách
ご無沙汰[する]	ごぶさた[する]	lâu ngày không liên lạc
お久しぶり	おひさしぶり	lâu ngày không gặp
口に合う	くちにあう	vừa miệng, hợp khẩu vị
邪魔[する]	じゃま[する]	cản trở, làm phiền
おかまい		sự hiếu khách, sự mến khách
おいで		đến
早いもんだよ。	はやいもんだよ。	"Thời gian trôi qua nhanh thật". (biểu hiện cảm thán thân mật)
お面	おめん	mặt nạ
まく[豆を〜]	[まめを〜]	rải [đậu]
追い払う	おいはらう	xua đuổi, đuổi đi
今どき	いまどき	ngày nay, thời nay
よっぽど／よほど		nhiều
四季	しき	bốn mùa
折々[四季〜]	おりおり[しき〜]	mỗi [mùa trong năm]
おじさん(子どもに向かっての)	(こどもにむかっての)	chú, bác (khi xưng hô với trẻ con)
ユース		câu lạc bộ thanh niên
抜く[人を〜]	ぬく[ひとを〜]	vượt qua [người khác]

展示品	てんじひん	đồ trưng bày
親子	おやこ	bố mẹ và con
かける[声を～]	[こえを～]	cất [tiếng gọi]
水族館	すいぞくかん	thủy cung
～連れ	～づれ	dẫn theo ~, kèm theo ~
母親	ははおや	mẹ, người mẹ
リレー		thi chạy tiếp sức
ひな祭り	ひなまつり	Lễ hội búp bê
ひな人形	ひなにんぎょう	búp bê trưng bày trong Lễ hội búp bê
身近	みぢか	gần, gần gũi

17 文法・練習

都道府県	とどうふけん	các tỉnh thành của Nhật Bản
著者	ちょしゃ	tác giả
クッキー		bánh quy
恋愛[する]	れんあい[する]	yêu đương
冒険	ぼうけん	phiêu lưu, mạo hiểm
好む	このむ	thích
地方	ちほう	địa phương, vùng
特産品	とくさんひん	đặc sản
玉ねぎ	たまねぎ	hành tây
じゃがいも		khoai tây
盛ん[な]	さかん[な]	phổ biến
移す	うつす	di chuyển
コスト		chi phí, giá cả
出口調査	でぐちちょうさ	điều tra ngay tại cửa ra của phòng bỏ phiếu
生活習慣病	せいかつしゅうかんびょう	bệnh do lối sống
おぼれる		chết đuối
複数	ふくすう	nhiều
足跡	あしあと	dấu chân
頂上	ちょうじょう	đỉnh núi
吹雪	ふぶき	bão tuyết
遭う[吹雪に～]	あう[ふぶきに～]	gặp [bão tuyết]
引き返す	ひきかえす	quay trở lại

予想[する]	よそう[する]	dự đoán
はるかに		xa
イベント		sự kiện
納得[する]	なっとく[する]	chấp nhận
方針	ほうしん	chính sách, phương châm
新入生	しんにゅうせい	sinh viên mới, sinh viên năm nhất
持つ[子どもを〜]	もつ[こどもを〜]	có [con]
ありがたい		biết ơn
稼ぐ	かせぐ	kiếm tiền
あきれる		ngạc nhiên, sốc
素人	しろうと	dân nghiệp dư, người không chuyên
相当[な]	そうとう[な]	không tệ, khá
独学[する]	どくがく[する]	tự học
基準	きじゅん	tiêu chuẩn
照らす	てらす	chiếu theo
新入社員	しんにゅうしゃいん	nhân viên mới vào công ty
応対[する]	おうたい[する]	ứng đối, trả lời
学位	がくい	học vị
負けず嫌い	まけずぎらい	ghét phải thua, hiếu thắng
しっかり		kĩ càng, chắc chắn
バイオリン		đàn vĩ cầm, vi-ô-lông
着替える	きがえる	thay đồ, thay quần áo

問題

しゃくりあげる		khóc nức nở, khóc nấc
甘えん坊	あまえんぼう	đứa trẻ hay làm nũng
鉦	かね	cồng chiêng
ルーツ		nguồn gốc
古代	こだい	cổ đại
王国	おうこく	vương quốc
天文	てんもん	thiên văn
学者	がくしゃ	học giả
観測[する]	かんそく[する]	quan sát
水星	すいせい	Sao Thủy

金星	きんせい	Sao Kim
火星	かせい	Sao Hỏa
木星	もくせい	Sao Mộc
支配[する]	しはい[する]	điều khiển, chi phối
特定[する]	とくてい[する]	xác định
割り振る	わりふる	phân chia, phân bổ
並び順	ならびじゅん	thứ tự sắp xếp
端午の節句	たんごのせっく	lễ hội dành cho bé trai
節句	せっく	lễ hội theo mùa
武者人形	むしゃにんぎょう	búp bê chiến binh samurai
鯉のぼり	こいのぼり	cờ cá chép
鯉	こい	cá chép
伝説	でんせつ	truyền thuyết
流れ[川の〜]	ながれ[かわの〜]	dòng [sông]
滝	たき	thác nước
逆らう	さからう	ngược, ngược dòng
光り輝く	ひかりかがやく	tỏa sáng
竜	りゅう	con rồng
変身[する]	へんしん[する]	biến hình, thay đổi hình dạng
昇る[天に〜]	のぼる[てんに〜]	lên [trời]
困難	こんなん	khó khăn
立ち向かう	たちむかう	đối mặt, đương đầu
生まれる[鯉のぼりが〜]	うまれる[こいのぼりが〜]	[cờ cá chép] được hình thành, được tạo ra

古代ローマ	La Mã cổ đại
明治時代	Thời kì Minh Trị
ペレ	Pele: Cựu cầu thủ bóng đá, người Brazil, được mệnh danh là "Vua bóng đá" 1940-.
『ポケモン』	Pokemon (Pocket Monsters): Tên một bộ phim hoạt hình.
ハワイ	Hawaii
ＮＨＫ	NHK (Nippon Hoso Kyokai): Đài phát thanh truyền hình Nhật Bản.

| <ruby>天神<rt>てんじんまつり</rt></ruby><ruby>祭</ruby> | Tenjin Festival: Lễ hội Tenjin của đền Tenman ở Osaka rất nổi tiếng và là một trong ba lễ hội lớn nhất của Nhật Bản. |
| バビロニア | Babylon |

Bài 18

読む・書く

鉛筆削り	えんぴつけずり	gọt bút chì
幸運	こううん	may mắn
登場人物	とうじょうじんぶつ	nhân vật xuất hiện
内［心の〜］	うち［こころの〜］	trong [lòng]
解釈［する］	かいしゃく［する］	lí giải
山［本の〜］	やま［ほんの〜］	đống [sách]
言い返す	いいかえす	nói lại, cãi lại
修復［する］	しゅうふく［する］	khôi phục, hồi phục
おそらく		có lẽ
薄汚い	うすぎたない	bẩn thỉu, dơ dáy
ぴかぴか［な］		lấp lánh, sáng loáng
新品	しんぴん	đồ mới, hàng mới
手に入れる	てにいれる	đạt được, có được
ざらに		phổ biến, thông thường
目をとめる	めをとめる	dừng mắt
しょうゆさし		chai xì dầu
食塩	しょくえん	muối ăn
流し台	ながしだい	bồn rửa
排水パイプ	はいすいパイプ	ống thoát nước
排水	はいすい	thoát nước
修理屋	しゅうりや	thợ sửa chữa
ちらちら		loáng thoáng, thoáng qua
マニアック		cuồng nhiệt
コレクター		người sưu tầm
知る由もない	しるよしもない	không có cách nào để biết
鋭い	するどい	sắc bén
視線	しせん	ánh nhìn
走らす［視線を〜］	はしらす［しせんを〜］	quét [ánh nhìn]
見当	けんとう	đoán

つく［見当が～］	［けんとうが～］	có thể [đoán]
雑然	ざつぜん	bừa bãi, lộn xộn
ちらばる		bị vứt lung tung, bị vứt rải rác
手に取る	てにとる	cầm lấy, nhặt lấy
ごく		rất
あたりまえ		thông thường, đương nhiên
手動式	しゅどうしき	kiểu thao tác bằng tay
何ひとつない	なにひとつない	không có một chút gì
金属	きんぞく	kim loại
錆びつく	さびつく	rỉ sét
錆びる	さびる	rỉ sét
てっぺん		đỉnh, chóp
シール		nhãn dán
要するに	ようするに	nói cách khác, tóm lại
刃	は	lưỡi dao
かみあわせ		sự ăn khớp
タイプ		kiểu, loại
削りかす	けずりかす	vỏ gọt
微妙［に］	びみょう［に］	hơi, một chút
最新式	さいしんしき	kiểu mới nhất
持ち歩く	もちあるく	mang theo
超～［～短編小説］	ちょう～［～たんぺんしょうせつ］	siêu ~ [truyện ngắn ~]
短編小説	たんぺんしょうせつ	truyện ngắn
意外［な］	いがい［な］	ngoài dự tính, không ngờ đến
満足［する］	まんぞく［する］	thỏa mãn
価値観	かちかん	giá trị quan
異なる	ことなる	khác
行為	こうい	hành vi
シナリオ		kịch bản
角度	かくど	góc độ
うらやましい		ghen tị
じっと		chăm chú
見つめる	みつめる	nhìn chằm chằm

話す・聞く

いらいら[する]		sốt ruột, khó chịu
気に入る	きにいる	thích
仲直り[する]	なかなおり[する]	làm lành, làm hòa
不満	ふまん	bất mãn, không hài lòng
非難[する]	ひなん[する]	trách móc, phê phán
皮肉	ひにく	giễu cợt, châm chọc, mỉa mai
ワイングラス		ly uống rượu vang
捜し物	さがしもの	đồ vật đang tìm kiếm
しょっちゅう		thường xuyên, lúc nào cũng
欠ける[カップが～]	かける	[tách] bị mẻ, bị sứt
しまい込む	しまいこむ	cất giữ
だって		vì, chả là
新婚	しんこん	mới cưới
思い出	おもいで	kỉ niệm
思い切る	おもいきる	quyết tâm
そもそも		vốn dĩ, vốn là
とる[場所を～]	[ばしょを～]	chiếm [chỗ]
栓	せん	nút chai
抜く[栓を～]	ぬく[せんを～]	mở [nút]
平気[な]	へいき[な]	bình thường, không có chuyện gì
おまけに		hơn nữa, thêm vào đó
気がない	きがない	không quan tâm
そんなに		như thế
中断[する]	ちゅうだん[する]	ngắt, dừng
のぞく		nhìn
シェアハウス		nhà ở chung
散らかす	ちらかす	làm vương vãi, vứt lung tung
乱雑	らんざつ	bừa bãi, lộn xộn

文法・練習

監督	かんとく	đạo diễn
持ち主	もちぬし	chủ sở hữu
きく[口を～]	[くちを～]	mở [miệng]

跳ぶ	とぶ	nhảy
推測[する]	すいそく[する]	suy đoán
花嫁	はなよめ	cô dâu
かなう		thành hiện thực
不平	ふへい	bất bình
活躍[する]	かつやく[する]	hoạt động
基礎	きそ	căn bản
置く[本屋に～]	おく[ほんやに～]	có [ở hiệu sách]
維持[する]	いじ[する]	duy trì
おしゃれ		hợp thời trang, trưng diện
コミュニケーション		giao tiếp
ふさわしい		phù hợp, tương ứng

問題

出し忘れる	だしわすれる	quên lấy ra
素直[な]	すなお[な]	thành thật
癖	くせ	tật, thói quen
ずっと(ずうっと)		liên tục, suốt
いわば		có thể nói như là
咳払い	せきばらい	hắng giọng, đằng hắng
昨夜	さくや	đêm qua
ものすごい		khủng khiếp
試す	ためす	thử
超える	こえる	vượt quá
口癖	くちぐせ	câu cửa miệng, quen mồm
習得[する]	しゅうとく[する]	học tập, lĩnh hội
味方	みかた	đồng minh, người ủng hộ

しょっちゅう…ね。	Bạn thường xuyên …, phải không?

Trút sự thất vọng chồng chất từ ngày này qua ngày khác lên ai đó.

…んじゃない？	Bạn có thể …, phải không?
だいたい～は…んだ。	Đại thể là, ~ ….

Phàn nàn với ai đó và chỉ ra ví dụ về hành vi xấu của của anh ấy/cô ấy.

そんなに言わなくたっていいじゃない。	Chẳng phải là không cần thiết để nói như thế sao?

Phản bác lại sau khi bị chỉ trích hay phàn nàn.

お互いさまなんじゃない？	Chẳng phải chúng ta như nhau hay sao?

Chỉ ra rằng người khác cũng có lỗi.

ごめん。…ちょっと言い過ぎたみたいだね。	Xin lỗi, tôi nghĩ là tôi đã nói hơi quá.

Được sử dụng khi nói lời xin lỗi để giải quyết một cuộc tranh cãi.

私こそ、〜て、ごめん。	Không, chính tôi mới là người phải nói lời xin lỗi vì việc ~.

Sử dụng khi một người nào đó cứ khăng khăng rằng lỗi là do anh ấy/cô ấy.

渡辺 昇 (わたなべのぼる)　Watanabe Noboru: Một nhân vật trong câu truyện rất ngắn của nhà văn Murakami Haruki.

『鉄腕アトム』(てつわん)　*Tetsuwan Atom* (*Astro Boy*, lit. 'Iron-Arm Atom'): Bộ truyện tranh khoa học viễn tưởng và sê-ri phim hoạt hình của tác giả Tezuka Osamu (1928-1989).

Bài 19

読む・書く

ロボットコンテスト		cuộc thi chế tạo rô-bốt, cuộc thi robocon
ものづくり		chế tạo, sản xuất
人づくり	ひとづくり	phát triển con người, phát triển nguồn nhân lực
評価[する]	ひょうか[する]	đánh giá
提言[する]	ていげん[する]	đề nghị, đề xuất
的確[な]	てきかく[な]	rõ ràng, thích đáng
把握[する]	はあく[する]	nắm rõ
自慢話	じまんばなし	chuyện khoe khoang
まとまる		gói gọn, cô đọng
集まり	あつまり	cuộc tụ họp
即席	そくせき	ngay lập tức, ứng khẩu
取り組む	とりくむ	nỗ lực, chú tâm
やりとげる		hoàn thành trọn vẹn, làm xong xuôi
産業用ロボット	さんぎょうようロボット	rô-bốt công nghiệp
無人探査ロボット	むじんたんさロボット	rô-bốt thăm dò không có người lái
ペットロボット		rô-bốt thú cưng, rô-bốt thú nuôi
介護ロボット	かいごロボット	rô-bốt điều dưỡng
介護[する]	かいご[する]	chăm sóc, điều dưỡng
効果	こうか	hiệu quả
箇所	かしょ	chỗ, nơi
先頭	せんとう	đầu, phía trước
第〜[〜一]	だい〜[〜いち]	thứ [nhất]
結びつく	むすびつく	dẫn đến
提唱[する]	ていしょう[する]	đề xướng
普及[する]	ふきゅう[する]	phổ cập
努める	つとめる	phấn đấu, nỗ lực
課題	かだい	nhiệm vụ, đề bài
達成[する]	たっせい[する]	đạt được
製作[する]	せいさく[する]	chế tạo

競技[する]	きょうぎ[する]	cạnh tranh, tranh tài
高専	こうせん	trung cấp kỹ thuật
さて		nào
向上[する]	こうじょう[する]	tăng cường, nâng cao
たんに		một cách đơn giản
削る	けずる	gọt, giũa
欠ける	かける	thiếu
創造[する]	そうぞう[する]	sáng tạo
添付[する]	てんぷ[する]	đính kèm
単純[な]	たんじゅん[な]	đơn thuần, đơn giản
独創[力]	どくそう[りょく]	khả năng sáng tạo, năng lực sáng tạo
養う	やしなう	nuôi dưỡng
達成感	たっせいかん	cảm giác đạt được thành quả
身につく	みにつく	có được
活用[する]	かつよう[する]	tận dụng, sử dụng, khai thác
経費	けいひ	kinh phí
節約[する]	せつやく[する]	tiết kiệm
廃品	はいひん	phế phẩm
廃材	はいざい	phế liệu
前〜[〜年度]	ぜん〜[〜ねんど]	trước [năm 〜]
分解[する]	ぶんかい[する]	tháo rời
再利用[する]	さいりよう[する]	tái sử dụng
車輪	しゃりん	bánh xe
用紙	ようし	giấy
ガムテープ		băng dính
巻く	まく	cuốn
芯	しん	lõi
発泡ゴム	はっぽうゴム	xốp cao su
ゴム		cao su
ヤスリ		cái giũa
かける[ヤスリを〜]		sử dụng [giũa]
仕上げる	しあげる	hoàn thành, làm xong
部品	ぶひん	linh kiện
生命	せいめい	sinh mệnh, sự sống

入る[生命が～]	はいる[せいめいが～]	có [sự sống]
分身	ぶんしん	sự phân thân
ふるまい		cư xử, hành vi
おだやか[な]		điềm đạm, ôn hòa
チームワーク		làm việc theo nhóm
組む[チームを～]	くむ	tạo [nhóm]
トーナメント		giải đấu
精神的[な]	せいしんてき[な]	về mặt tinh thần
登校[する]	とうこう[する]	đi học
拒否[する]	きょひ[する]	cự tuyệt, từ chối
下校[する]	げこう[する]	tan trường
標語	ひょうご	khẩu hiệu, biểu ngữ
特効薬	とっこうやく	thuốc đặc hiệu, thuốc đặc trị
例外	れいがい	ngoại lệ
広まる[世界中に～]	ひろまる[せかいじゅうに～]	lan rộng [khắp thế giới]

話す・聞く

入会[する]	にゅうかい[する]	gia nhập hội
自己紹介	じこしょうかい	tự giới thiệu bản thân
アピール[する]		quảng bá
役者	やくしゃ	diễn viên
新入部員	しんにゅうぶいん	thành viên mới của câu lạc bộ
部員	ぶいん	thành viên câu lạc bộ
部活動	ぶかつどう	các hoạt động của câu lạc bộ
役立てる	やくだてる	hữu ích, có ích
入部[する]	にゅうぶ[する]	tham gia câu lạc bộ
ささやか[な]		nhỏ
～祭	～さい	lễ hội ～
伝統	でんとう	truyền thống
誇り	ほこり	sự tự hào, lòng tự hào
受け継ぐ	うけつぐ	kế thừa, nối tiếp
バトン		gậy baton
舞台	ぶたい	sân khấu
舞台装置	ぶたいそうち	trang thiết bị sân khấu

装置	そうち	trang thiết bị
衣装	いしょう	trang phục
華やか[な]	はなやか[な]	lộng lẫy, rực rỡ
覚悟[する]	かくご[する]	sẵn sàng, giác ngộ
ありきたり[の]		bình thường, thông thường
時計回り	とけいまわり	chiều quay của kim đồng hồ
タイヤ		lốp xe
ストッパー		cái chặn
筋肉	きんにく	cơ bắp
モーター		mô tơ
生かす	いかす	vận dụng, sử dụng tốt
万年〜	まんねん〜	muôn đời, vĩnh viễn
補欠	ほけつ	dự bị
レギュラー		cầu thủ chính
いわゆる		cái gọi là
ボール拾い	ボールひろい	người nhặt bóng
下積み	したづみ	dưới đáy
サークル		câu lạc bộ
小噺	こばなし	chuyện tiếu lâm
喜劇	きげき	hài kịch
ユニーク[な]		độc nhất, duy nhất
揃う	そろう	đầy đủ
引き継ぐ	ひきつぐ	tiếp nối
引き締める	ひきしめる	dồn hết sức
披露[する]	ひろう[する]	trình diễn
準決勝	じゅんけっしょう	bán kết
電卓	でんたく	máy tính
空想	くうそう	hư cấu
こもる		thu mình
引きこもり	ひきこもり	người sống ẩn dật, người sống thu mình
コンパス		cái la bàn
手放す	てばなす	rời tay
方向音痴	ほうこうおんち	người không xác định được phương hướng
ナビゲーター		thiết bị định vị

かゆい所に手が届く	かゆいところにてがとどく	gãi đúng chỗ ngứa
お人よし	おひとよし	người khờ, người dễ tin
警察官	けいさつかん	cảnh sát
詐欺	さぎ	sự lừa đảo
防ぐ	ふせぐ	ngăn chặn, cản trở

文法・練習

幼児	ようじ	trẻ nhỏ
流行[する]	りゅうこう[する]	thịnh hành
おもに		chủ yếu
反抗[する]	はんこう[する]	phản kháng
甘い[管理体制が～]	あまい[かんりたいせいが～]	[chế độ quản lý] lỏng lẻo
難民キャンプ	なんみんキャンプ	trại tị nạn
医療活動	いりょうかつどう	hoạt động chăm sóc y tế
医療	いりょう	y tế
使命[感]	しめい[かん]	[ý thức] sứ mệnh
定年	ていねん	tuổi nghỉ hưu
受賞[する]	じゅしょう[する]	nhận giải thưởng
物理	ぶつり	vật lý
道[物理の～]	みち[ぶつりの～]	sự nghiệp [vật lý]
行儀作法	ぎょうぎさほう	cách cư xử và phép xã giao
行儀	ぎょうぎ	cách cư xử
作法	さほう	phép xã giao, phép tắc, phép lịch sự
和	わ	hài hòa, cân đối
深まる[理解が～]	ふかまる[りかいが～]	khắc sâu [sự hiểu biết]
身につける	みにつける	tiếp thu, có được
取り戻す	とりもどす	khôi phục, lấy lại
～号[台風～]	～ごう[たいふう～]	[bão] số ～
上陸[する]	じょうりく[する]	đổ bộ, vào đất liền
見込み	みこみ	dự báo
セツブンソウ		eranthis pinnatifida (một loại hoa nở vào mùa xuân)
分布[する]	ぶんぷ[する]	phân bố
通勤[ラッシュ]	つうきん	[giờ cao điểm] đi làm

桜前線	さくらぜんせん	đường dự báo hoa anh đào nở
〜前線[桜〜]	〜ぜんせん[さくら〜]	đường dự báo thời gian nở [hoa anh đào]
日本列島	にほんれっとう	quần đảo Nhật Bản
北上[する]	ほくじょう[する]	lên phía Bắc
梅雨	つゆ	mùa mưa dầm
見た目	みため	vẻ bên ngoài, hình thức bên ngoài
評判	ひょうばん	danh tiếng
国家試験	こっかしけん	kì thi quốc gia
気が合う	きがあう	hợp, hòa hợp
赤字	あかじ	thâm hụt, lỗ
常に	つねに	luôn luôn, thường xuyên
思い起こす	おもいおこす	ghi nhớ
〜ごと[中身〜]	[なかみ〜]	nguyên vẹn [vật bên trong]
ポピュラー[な]		phổ biến, thông dụng

問題

担任	たんにん	chủ nhiệm
保護者会	ほごしゃかい	hội phụ huynh học sinh
学期[新〜]	がっき[しん〜]	học kì [mới]
飼育[する]	しいく[する]	nuôi nấng
一体感	いったいかん	ý thức đoàn kết
無用[な]	むよう[な]	không cần
後ろ向き	うしろむき	hướng về phía sau, thái độ tiêu cực
前向き	まえむき	hướng về phía trước, thái độ tích cực
油断[する]	ゆだん[する]	chủ quan
初回	しょかい	lần đầu tiên
得点	とくてん	ghi điểm, ghi bàn
興奮[する]	こうふん[する]	hưng phấn, hào hứng
チームメイト		đồng đội
以前	いぜん	trước đây
掃く	はく	quét
清掃[する]	せいそう[する]	dọn dẹp, làm vệ sinh
廃品回収	はいひんかいしゅう	thu gom phế phẩm
回収[する]	かいしゅう[する]	thu hồi, thu gom

電化[する]	でんか[する]	điện khí hóa
個別	こべつ	riêng
豆腐	とうふ	đậu phụ
手元	てもと	tay, trong tay
そうっと／そっと		nhẹ nhàng, nhẹ tay
扱う	あつかう	thao tác, làm
未～[～経験]	み～[～けいけん]	chưa có [kinh nghiệm]
体験[する]	たいけん[する]	trải nghiệm
自信	じしん	sự tự tin
力[生きる～]	ちから[いきる～]	sức lực [để sống]
サポート[する]		ủng hộ, hỗ trợ
敵	てき	địch
状態	じょうたい	trạng thái
走りこむ	はしりこむ	chạy vào
パスコース		đường chuyền bóng
パス		chuyền bóng
シュート[する]		sút bóng

ちょっと自慢話になりますが、……。	Có lẽ sẽ là câu chuyện hơi khoe khoang một chút nhưng ….

> Được sử dụng khi ca ngợi chính mình về một điều gì đó.

～の経験を～に生かせたらいいなと思います。	Tôi nghĩ rằng sẽ rất tốt nếu tôi có thể vận dụng kinh nghiệm của tôi về ~ trong ~.
いわゆる～です。	Cái được gọi là ~.

> Tái khẳng định một lời giải thích vừa được đưa ra, là một trong các hình thức biểu hiện thường được sử dụng.

森政弘	Mori Masahiro: Kỹ sư rô-bốt hàng đầu Nhật Bản.1927-.
スペイン風邪	Cúm Tây Ban Nha: Một đại dịch cúm trên toàn thế giới bùng phát vào giữa mùa hè và mùa thu năm 1918.
ゴビ砂漠	Sa mạc Gobi

Bài 20

読む・書く

尺八	しゃくはち	sáo shakuhachi (sáo trúc)
理解[する]	りかい[する]	hiểu, hiểu biết
文化面[新聞の〜]	ぶんかめん[しんぶんの〜]	trang văn hóa [trên báo]
プロフィール		hồ sơ, lý lịch
取る[相撲を〜]	とる[すもうを〜]	thi đấu [Sumo]
手順	てじゅん	quy trình, trình tự
管楽器	かんがっき	bộ hơi (các loại nhạc cụ để thổi)
邦楽	ほうがく	nhạc truyền thống của Nhật
笙	しょう	kèn sho
琴	こと	đàn koto
三味線	しゃみせん	đàn shamisen
小鼓	こつづみ	trống kotsuzumi
民族[音楽]	みんぞく[おんがく]	[nhạc] dân gian
奏者	そうしゃ	nghệ sĩ biểu diễn
授かる[号を〜]	さずかる[ごうを〜]	được phong tặng [danh hiệu]
内外[国の〜]	ないがい[くにの〜]	trong ngoài [nước]
古典	こてん	cổ điển
修業[する]	しゅぎょう[する]	học, học nghề
自ら	みずから	tự mình
半生	はんせい	nửa đời người
著書	ちょしょ	sách
音色	ねいろ	âm sắc
ノンフィクション		không hư cấu, hiện thực
〜賞	〜しょう	giải thưởng 〜
アフロヘアー		kiểu tóc quăn xù
もと[宗家の〜]	[そうけの〜]	dưới sự chỉ dạy [của người đứng đầu phái nghệ thuật]
初心者	しょしんしゃ	người mới bắt đầu
厄介[な]	やっかい[な]	phức tạp, phiền phức
トロンボーン		kèn trombone

フルート		sáo
吹く	ふく	thổi
あっさり		một cách dễ dàng
出す［音を〜］	だす［おとを〜］	tạo ra âm thanh
〜そのもの		chính 〜
在り方	ありかた	trạng thái vốn có, dạng thức vốn có
進級［する］	しんきゅう［する］	lên lớp, lên cấp
重視［する］	じゅうし［する］	coi trọng, chú trọng
疑問	ぎもん	sự hoài nghi, sự nghi vấn
持つ［疑問を〜］	もつ［ぎもんを〜］	mang, có [hoài nghi]
徹底的［な］	てっていてき［な］	một cách triệt để
愛好者	あいこうしゃ	người hâm mộ, người yêu thích
初演［する］	しょえん［する］	biểu diễn lần đầu
〜人口［尺八〜］	〜じんこう［しゃくはち〜］	dân số [nghệ sĩ chơi sáo shakuhachi]
急速［な］	きゅうそく［な］	nhanh chóng
増加［する］	ぞうか［する］	gia tăng
いやし		bình dân
古臭い	ふるくさい	cũ kỹ
斬新［な］	ざんしん［な］	mới mẻ
先入観	せんにゅうかん	thành kiến, định kiến
接する	せっする	tiếp cận, tiếp xúc
主張［する］	しゅちょう［する］	nhấn mạnh, chủ trương
財産	ざいさん	tài sản
国籍	こくせき	quốc tịch
目の色	めのいろ	màu mắt
すんなり		dễ dàng
宝	たから	kho báu, của cải
含める	ふくめる	bao gồm
伝統文化	でんとうぶんか	văn hóa truyền thống
イラスト		hình minh họa
レイアウト		cách bố trí, cách sắp đặt
工夫［する］	くふう［する］	tìm tòi, công phu

話す・聞く

主催[する]	しゅさい[する]	chủ trì, đứng ra tổ chức
部門	ぶもん	lĩnh vực, phần thi
最～[～優秀賞]	さい～[～ゆうしゅうしょう]	cao nhất [giải thưởng]
広報[～誌]	こうほう[～し]	quảng cáo [tạp chí]
掲載[する]	けいさい[する]	đăng tải
初対面	しょたいめん	lần đầu tiên gặp
終える	おえる	hoàn thành
十両	じゅうりょう	juryo (cấp bậc của võ sĩ Sumo)
相撲部屋	すもうべや	lò Sumo
抱負	ほうふ	hoài bão, ước mơ
機関誌	きかんし	báo của một tổ chức, cơ quan
光栄	こうえい	vinh dự
実家	じっか	nhà bố mẹ (nơi mình sinh ra)
ジュニア		thiếu niên
世界選手権大会	せかいせんしゅけんたいかい	giải thi đấu thế giới
入門[する]	にゅうもん[する]	nhập môn, bắt đầu tham gia tập luyện
初土俵	はつどひょう	lần đầu lên võ đài
わずか[な]		ít ỏi
関取	せきとり	danh hiệu của võ sĩ Sumo từ cấp juryo trở lên
順風満帆	じゅんぷうまんぱん	thuận buồm xuôi gió, xuôi chèo mát mái
上がる[十両に～]	あがる[じゅうりょうに～]	lên cấp [juryo]
命日	めいにち	Ngày giỗ
昇進[する]	しょうしん[する]	thăng cấp
知らせ	しらせ	thông báo
さぞ		hẳn là
離れる[故郷を～]	はなれる[こきょうを～]	rời xa [quê hương]
特殊[な]	とくしゅ[な]	đặc thù
ちゃんこ鍋	ちゃんこなべ	lẩu chanko (lẩu thịt, cá và rau)
わがまま[な]		ích kỷ, chỉ nghĩ cho bản thân
納豆	なっとう	món natto (đậu nành lên men)

いける		ăn được
四股名	しこな	tên thi đấu của võ sĩ Sumo chuyên nghiệp
力強い	ちからづよい	mạnh mẽ, tràn đầy sức lực
響き	ひびき	âm hưởng
ニックネーム		nickname, tên thân mật
師匠	ししょう	sư phụ
力士	りきし	võ sĩ Sumo
生まれ変わる	うまれかわる	được sinh ra một lần nữa
慣習	かんしゅう	nếp sinh hoạt, lề lối
報いる	むくいる	được đền đáp
応援[する]	おうえん[する]	ủng hộ
さらなる		hơn nữa
貴重[な]	きちょう[な]	quý giá, quý trọng
経営者	けいえいしゃ	doanh nhân
手作り	てづくり	làm bằng tay, làm thủ công
医師	いし	bác sĩ
ドキュメンタリー		phim tài liệu
姿	すがた	dáng vẻ
頼る	たよる	dựa vào
寄り添う	よりそう	gần gũi
余暇	よか	lúc rảnh rỗi
まとめる[内容を〜]	[ないようを〜]	tóm tắt [nội dung]

文法・練習

共同	きょうどう	chung
田植え	たうえ	trồng lúa
毒ヘビ	どくへび	rắn độc
毒	どく	chất độc
ホッとする		thở phào nhẹ nhõm
腹が立つ	はらがたつ	nổi giận, sôi gan
演奏家	えんそうか	nghệ sĩ biểu diễn
国立大学	こくりつだいがく	đại học quốc lập
私立大学	しりつだいがく	đại học dân lập
経済的[な]	けいざいてき[な]	mang tính kinh tế

学費	がくひ	học phí
進学[する]	しんがく[する]	học lên
失業[する]	しつぎょう[する]	thất nghiệp
悩む	なやむ	lo lắng, phiền muộn
引退[する]	いんたい[する]	nghỉ hưu, giải nghệ
渡り歩く	わたりあるく	trải qua
ようやく		cuối cùng
長時間	ちょうじかん	thời gian dài
一致[する]	いっち[する]	thống nhất
延長戦	えんちょうせん	hiệp phụ
延長[する]	えんちょう[する]	kéo dài
交渉[する]	こうしょう[する]	đàm phán
アップ[する]		tăng lên
愛犬	あいけん	con chó cưng
とうとう		cuối cùng
母校	ぼこう	trường đã tốt nghiệp
偽物	にせもの	đồ giả
重い[病気が～]	おもい[びょうきが～]	nặng [bệnh ~]
湧き起こる	わきおこる	nổi lên, trỗi dậy
柔らかい[頭が～]	やわらかい[あたまが～]	linh hoạt [đầu ~]
子猫	こねこ	mèo con
持ち出す	もちだす	đưa ra
拍手[する]	はくしゅ[する]	vỗ tay
民主主義	みんしゅしゅぎ	chủ nghĩa dân chủ
運動神経	うんどうしんけい	thần kinh vận động
一流	いちりゅう	hạng nhất, hàng đầu

問題

商品開発	しょうひんかいはつ	phát triển sản phẩm mới
アイス		kem
原材料	げんざいりょう	nguyên liệu
試作品	しさくひん	sản phẩm thử, mẫu thử
失敗作	しっぱいさく	sản phẩm thất bại
企業秘密	きぎょうひみつ	bí mật doanh nghiệp

ヒント		gợi ý
待ち遠しい	まちどおしい	mong chờ, mong mỏi
ハープ		đàn Harp (còn gọi là đàn Hạc)
優雅[な]	ゆうが[な]	thanh tao, nhẹ nhàng
奏でる	かなでる	chơi
背丈	せたけ	chiều cao cơ thể
枠	わく	khung
張る[弦を〜]	はる[げんを〜]	căng [dây đàn]
親指	おやゆび	ngón tay cái
はじく		móc [dây đàn]
上半身	じょうはんしん	nửa trên cơ thể
揺らす	ゆらす	đung đưa
掛け合い	かけあい	đối đáp
リード[する]		dẫn dắt
現地	げんち	bản địa
付け根	つけね	khớp nối, phần nối
痛む	いたむ	đau, nhức
本場	ほんば	nơi sản sinh, nơi khơi nguồn
雰囲気	ふんいき	không khí
ふと		tình cờ, ngẫu nhiên
格好良い	かっこ[う]よい	lôi cuốn, quyến rũ
ほれ込む	ほれこむ	say mê, say đắm
拍子	ひょうし / 〜びょうし	nhịp
同時進行[する]	どうじしんこう[する]	tiến hành đồng thời
番組制作	ばんぐみせいさく	sản xuất chương trình
同時	どうじ	cùng một lúc, đồng thời
ラテン音楽	ラテンおんがく	nhạc Latinh
渡る[現地に〜]	わたる[げんちに〜]	đến [địa phương]
夜明け	よあけ	bình minh, rạng đông
即興演奏	そっきょうえんそう	biểu diễn ngẫu hứng
即興	そっきょう	ngẫu hứng
バンド		ban nhạc
加わる	くわわる	thêm vào
持ち味	もちあじ	đặc tính, bản sắc riêng

武者修行	むしゃしゅぎょう	đi tầm sư học đạo
各地	かくち	các nơi
刻む	きざむ	khắc, chạm trổ
自腹を切る	じばらをきる	tự bỏ tiền túi
独立[する]	どくりつ[する]	độc lập
交じる	まじる	trộn, lẫn
感激[する]	かんげき[する]	cảm động
自作	じさく	tự làm
がらくた		rác, phế liệu
大型	おおがた	kích cỡ lớn
空き缶	あきかん	lon rỗng
バネ		lò xo
弦楽器	げんがっき	nhạc cụ dây
エコー		tiếng vọng lại
説得[する]	せっとく[する]	thuyết phục
素材	そざい	vật chất

お忙しいところ、お時間をいただきありがとうございます。〜と申します。	Xin cảm ơn ông/bà trong lúc bận rộn đã dành thời gian gặp tôi. Tên tôi là ~.

Được sử dụng để mở đầu cuộc phỏng vấn.

〜に紹介させていただきたいと思います。	Tôi xin phép được giới thiệu ông/bà ở ~.
まず、伺いたいんですが、……。	Trước tiên, tôi muốn hỏi ….
それにしても、……。	Cho dù như vậy, ….
何か一言お願いできますでしょうか。	Xin ông/bà chia sẻ đôi lời.
ますますのご活躍を期待しております。	Chúc ông/bà ngày càng thành công hơn nữa.

Được sử dụng để kết thúc cuộc phỏng vấn.

クリストファー遙盟	Christopher Yohmei Blasdel: nhà nghiên cứu âm nhạc dân gian, nghệ sĩ biểu diễn sáo Shakuhachi và các nhạc cụ truyền thống khác của Nhật.
蓮如賞	Giải Rennyo: Một giải thưởng văn học Nhật Bản trao cho tác phẩm xuất sắc thuộc dòng văn học hiện thực.
竹盟社	Chikumeisha: trường dạy sáo Shakuhachi.

<ruby>武満<rt>たけみつ</rt></ruby> <ruby>徹<rt>とおる</rt></ruby>	Takemitsu Toru: Một trong những nhà soạn nhạc hàng đầu của Nhật Bản, nổi tiếng thế giới trong lĩnh vực âm nhạc hiện đại từ năm 1930-1996.
「ノヴェンバー・ステップス」	*November Steps*: Một tác phẩm được Takemitsu sáng tác năm 1967, dành cho đàn biwa, sáo shakuhachi và dàn nhạc. Tác phẩm giúp ông nổi tiếng khắp thế giới.
<ruby>臥<rt>が</rt></ruby><ruby>牙<rt>が</rt></ruby><ruby>丸<rt>まる</rt></ruby><ruby>関<rt>ぜき</rt></ruby>	Gagamaru-zeki: võ sĩ Sumo đến từ Georgia.
グルジア	Georgia
ベネズエラ	Venezuela
ボサノバ	Bossa Nova: điệu nhảy được biến tấu dựa trên điệu Samba.

Bài 21

読む・書く

表明[する]	ひょうめい[する]	bày tỏ, thể hiện
根拠	こんきょ	căn cứ
基づく	もとづく	dựa vào
基に	もとに	dựa trên
図表	ずひょう	biểu đồ
飲み水	のみみず	nước uống
こだわり		cầu kỳ, câu nệ
深さ[関わりの〜]	ふかさ[かかわりの〜]	[liên quan] sâu sắc
危機感	ききかん	cảm giác nguy cơ
糸目をつけない[金に〜]	いとめをつけない[かねに〜]	không bận tâm về [tiền]
通人	つうじん	người sành sỏi, người phong lưu
茶漬け	ちゃづけ	món chazuke (cơm trộn với nước trà)
漬物	つけもの	dưa muối
煎茶	せんちゃ	trà xanh
飯	めし	cơm
代金	だいきん	tiền thanh toán
両	りょう	ryo (đơn vị tiền thời Edo)
分	ぶ	bu (đơn vị tiền thời Edo, bằng ¼ của ryo)
吟味[する]	ぎんみ[する]	nếm thử, tuyển lựa
見当たる	みあたる	tìm thấy
上流	じょうりゅう	thượng nguồn
くむ[水を〜]	[みずを〜]	múc [nước]
早飛脚	はやびきゃく	người vận chuyển đồ nhanh (từ cổ)
仕立てる	したてる	cử, phái đi
故	ゆえ	do vậy
運賃	うんちん	phí vận chuyển
二の句もつげない	にのくもつげない	không nói lời nào
上水	じょうすい	nước sạch

主流	しゅりゅう	dòng nước chính
清冽	せいれつ	trong vắt
うたう		ca tụng
名水	めいすい	nước nổi tiếng
目立つ	めだつ	nổi bật
産湯	うぶゆ	lần tắm đầu tiên cho trẻ sơ sinh
末期	まつご	cuối đời
切る[縁を〜]	きる[えんを〜]	cắt [duyên]
あこがれる		ước ao, mong muốn
一方的[な]	いっぽうてき[な]	mang tính một chiều
決めつける	きめつける	gán ghép, áp đặt
あおりたてる		xôn xao, sôi sục
確実[な]	かくじつ[な]	chắc chắn, xác thực
質	しつ	chất lượng
落とす[質を〜]	おとす[しつを〜]	giảm [chất lượng]
有数	ゆうすう	ít ỏi, hiếm hoi
主食	しゅしょく	món chính
炊く	たく	nấu
自体	じたい	bản thân
たっぷり		nhiều, đầy
副食	ふくしょく	món phụ
ミソ汁	ミソしる	súp miso
大半	たいはん	phần lớn
銘柄米	めいがらまい	gạo thương hiệu nổi tiếng
とびきり		đặc biệt, rất tốt
玉露	ぎょくろ	trà thượng hạng, trà ngon nhất
極上の	ごくじょうの	ngon nhất, thượng hạng nhất
地下水	ちかすい	nước ngầm
良質	りょうしつ	chất lượng tốt
豊富[な]	ほうふ[な]	phong phú
雨水	あまみず	nước mưa
雪どけ水	ゆきどけみず	nước tan từ tuyết
杉	すぎ	cây tuyết tùng Nhật Bản
松	まつ	thông

クヌギ		cây sồi
しみ込む	しみこむ	thấm vào
常時	じょうじ	lúc nào cũng, luôn luôn
湧く	わく	chảy ra, phun ra
岩石	がんせき	đá tảng
入り込む	はいりこむ	tiến vào, thâm nhập vào
リゾート開発	リゾートかいはつ	phát triển khu nghỉ dưỡng
ゴルフ場	ゴルフじょう	sân gôn
伐採[する]	ばっさい[する]	chặt, đốn
破壊[する]	はかい[する]	tiêu hủy
汚れる[地下水が〜]	よごれる[ちかすいが〜]	[nước ngầm] bẩn
英訳[する]	えいやく[する]	dịch sang tiếng Anh
水を差す	みずをさす	phá đám, phá bĩnh
水を向ける	みずをむける	dụ dỗ, lôi kéo
水かけ論	みずかけろん	tranh cãi không có hồi kết
水入らず	みずいらず	chỉ những người trong nhà
誘い水	さそいみず	nguyên cớ
堪能[な]	たんのう[な]	thông thạo
訳す	やくす	dịch
周辺	しゅうへん	xung quanh
密着[する]	みっちゃく[する]	gắn bó mật thiết
独自[な]	どくじ[な]	riêng, độc đáo
築きあげる	きずきあげる	xây dựng nên, hình thành
崩れる	くずれる	sập, đổ
共通[する]	きょうつう[する]	chung
単語	たんご	từ đơn
ファッション		thời trang

話す・聞く

横ばい	よこばい	đi ngang
進む	すすむ	tiến lên
減少[する]	げんしょう[する]	giảm
著しい	いちじるしい	quan trọng, nổi bật
とる[食事を〜]	[しょくじを〜]	dùng, ăn [bữa]

個食	こしょく	ăn một mình
図	ず	biểu đồ
興味深い	きょうみぶかい	thú vị
ご覧ください	ごらんください	xin mời xem
食育	しょくいく	giáo dục về thực phẩm, thói quen ăn uống
白書	はくしょ	sách trắng
調理[する]	ちょうり[する]	nấu ăn, chế biến
聞きなれる	ききなれる	nghe quen tai
～済み[調理～]	～ずみ[ちょうり～]	~ đã [chế biến]
食材	しょくざい	nguyên liệu nấu ăn
惣菜	そうざい	các món phụ, các món ăn kèm
手軽[な]	てがる[な]	đơn giản, dễ dàng
外部化	がいぶか	xu hướng ra bên ngoài
再び	ふたたび	lại
近年	きんねん	những năm gần đây
依然	いぜん	trước đây
形態	けいたい	hình thức, hình thái
様変わり	さまがわり	thay đổi
受講[する]	じゅこう[する]	nghe giảng
気になる	きになる	để ý, lưu tâm
囲む[食卓を～]	かこむ[しょくたくを～]	quây quần [bàn ăn]
回答[する]	かいとう[する]	trả lời
～人中～人	～にんちゅう～にん	trong số ~ người, có ~ người
上昇[する]	じょうしょう[する]	tăng lên
就労[する]	しゅうろう[する]	làm việc, lao động
訪日[する]	ほうにち[する]	đến thăm Nhật Bản
推移[する]	すいい[する]	biến đổi
キャンペーン		chiến dịch
円安	えんやす	đồng yên rẻ
最多	さいた	tối đa
新型	しんがた	loại mới
増減[する]	ぞうげん[する]	tăng giảm
外的[な]	がいてき[な]	bên ngoài
要因	よういん	nguyên nhân

信頼性	しんらいせい	tính tin cậy
入手[する]	にゅうしゅ[する]	có được
世帯	せたい	hộ gia đình
進学率	しんがくりつ	tỷ lệ học lên
保有台数	ほゆうだいすう	số xe đăng ký sở hữu

文法・練習

得る	える	được
よしあし		điểm tốt và xấu
名医	めいい	danh y, bác sĩ nổi tiếng
けち[な]		keo kiệt
不器用[な]	ぶきよう[な]	hậu đậu, vụng về
俳句	はいく	thơ Haiku
節電[する]	せつでん[する]	tiết kiệm điện
使用量	しようりょう	lượng sử dụng
報道[する]	ほうどう[する]	đưa tin
出産[する]	しゅっさん[する]	sinh sản
口が[の]悪い	くちが[の]わるい	thối mồm, ác miệng
評論家	ひょうろんか	nhà phê bình
基本	きほん	căn bản
列	れつ	hàng
積み重ねる	つみかさねる	tích lũy, chồng chất
それなり		tương ứng với điều đó
年輪	ねんりん	kinh nghiệm cuộc đời
化粧[する]	けしょう[する]	trang điểm
判断[する]	はんだん[する]	phán đoán
購入[する]	こうにゅう[する]	mua
検討[する]	けんとう[する]	xem xét
災害時	さいがいじ	khi xảy ra thảm họa
安全基準	あんぜんきじゅん	tiêu chuẩn an toàn
責任	せきにん	trách nhiệm
遺産	いさん	di sản
外交官	がいこうかん	nhà ngoại giao
きずな		sự gắn kết, sợi dây kết nối

深める	ふかめる	làm sâu sắc thêm
母語	ぼご	tiếng mẹ đẻ
コレステロール		cholesterol, mỡ trong máu
値[コレステロール〜]	ち	chỉ số [cholesterol]
莫大[な]	ばくだい[な]	rất nhiều, rất lớn
社会貢献	しゃかいこうけん	đóng góp cho xã hội
貢献[する]	こうけん[する]	đóng góp, cống hiến
ブランド		thương hiệu
バリアフリー		không rào cản, xóa bỏ ngăn cách
障害	しょうがい	thương tật
ダイビング[する]		lặn

問題

インスタントラーメン		mì ăn liền
消費量	しょうひりょう	lượng tiêu thụ
総〜[〜消費量]	そう〜[〜しょうひりょう]	tổng [lượng tiêu thụ]
およそ		khoảng, ước chừng
麺	めん	mì sợi
ハウス		nhà kính
養殖[する]	ようしょく[する]	nuôi trồng
冷凍	れいとう	đông lạnh
出回る	でまわる	có mặt trên thị trường
乏しい	とぼしい	nghèo nàn
イチゴ		dâu tây
クリスマスケーキ		bánh Giáng sinh
カツオ		cá ngừ
サンマ		cá thu đao
季語	きご	từ vựng theo mùa
旬	しゅん	mùa, theo mùa
技	わざ	kỹ thuật
しきたり		truyền thống
呉服	ごふく	vải để may trang phục truyền thống của Nhật
若だんな	わかだんな	cậu chủ
あらゆる		tất cả

番頭	ばんとう	quản gia
思い知る	おもいしる	hiểu rõ, nhận thấy
蔵	くら	kho
腐る	くさる	thối, hỏng
季節外れ	きせつはずれ	trái mùa
房	ふさ	múi
せいぜい		nhiều nhất, tối đa

これは～を示す～です。	Đây là ~ chỉ ~.
～に見られるように、……。	Có thể thấy từ ~, ….

> Sử dụng khi đưa ra kết luận từ dữ liệu.

以上から、…ことがお分かりいただけると思います。	Như trên, tôi nghĩ rằng ông/bà có thể hiểu được ….

> Trình bày về những gì đã rút ra từ dữ liệu.

…と言えるのではないでしょうか。	Chẳng phải có thể nói rằng …?

> Đưa ra suy nghĩ của mình dựa trên dữ liệu.

21

多摩川(たまがわ)	Sông Tama: Một dòng sông chảy qua Tokyo vào vịnh Tokyo.
小泉武夫(こいずみたけお)	Koizumi Takeo: Nhà nông nghiệp học và nhà văn Nhật Bản. 1943-.
農水省(のうすいしょう)	Bộ Nông nghiệp, Lâm nghiệp và Thủy sản.
食育白書(しょくいくはくしょ)	Sách trắng về giáo dục thực phẩm: Một văn bản liên quan đến chính sách giáo dục dinh dưỡng của Nhật Bản, do Văn phòng Nội các Nhật Bản phát hành.
イチロー選手(せんしゅ)	Suzuki Ichiro: Cầu thủ bóng chày người Nhật Bản, đã chơi cho Seattle Mariners từ năm 2001-2012, ký hợp đồng chơi cho New York Yankees vào giữa năm 2012 (cả hai đội bóng này đều là những đội thuộc giải bóng chày nhà nghề Mỹ).
スピルバーグ	Steven Spielberg: Đạo diễn và là nhà sản xuất phim người Mỹ. 1946-.
「千両(せんりょう)みかん」	'Senryo Mikan': Một trích đoạn trong nghệ thuật Rakugo cổ điển.

Bài 22

読む・書く

死亡記事	しぼうきじ	bản cáo phó
死亡[する]	しぼう[する]	chết, qua đời
手紙文	てがみぶん	văn phong viết thư
依頼状	いらいじょう	đơn yêu cầu, đơn đề nghị
死生観	しせいかん	quan điểm về sự sống và cái chết
ディスカッション		thảo luận
通信手段	つうしんしゅだん	phương tiện truyền thông
手段	しゅだん	phương tiện
拝啓	はいけい	thân mến, kính gửi
時下	じか	thời điểm hiện tại
[ご]健勝	[ご]けんしょう	sức khỏe tốt, mạnh khỏe
小社	しょうしゃ	công ty chúng tôi
目下	もっか	hiện nay
類	るい	tiền lệ
ネクロロジー		điếu văn
物故者	ぶっこしゃ	người chết, người đã khuất
略伝	りゃくでん	tiểu sử vắn tắt
編纂[する]	へんさん[する]	biên soạn, soạn
玉稿	ぎょっこう	bài viết hay, bài viết xuất sắc
たまわる		nhận
次第	しだい	lý do
当の	とうの	đó
本人	ほんにん	bản thân người đó
執筆[する]	しっぴつ[する]	viết
点[という〜]	てん	[là] điểm
存命[中]	ぞんめい[ちゅう]	còn sống
人物	じんぶつ	người, nhân vật
業績	ぎょうせき	thành tích
辞世	じせい	tạ thế, từ trần

墓碑銘	ぼひめい	chữ khắc trên bia mộ, văn bia
不謹慎	ふきんしん	khiếm nhã, bất lịch sự
興味本位	きょうみほんい	sự tiêu khiển
推察[する]	すいさつ[する]	suy ra, luận ra
死	し	cái chết
生	せい	sự sống
さらす		lộ ra, thể hiện
集約[する]	しゅうやく[する]	tóm tắt, tóm lại
人名事典	じんめいじてん	từ điển tên người
記述[する]	きじゅつ[する]	miêu tả
客観的[な]	きゃっかんてき[な]	khách quan
抱く	いだく	mang, ôm
別問題	べつもんだい	vấn đề khác
承知[する]	しょうち[する]	biết, rõ
いっそ		thà rằng
隔てる	へだてる	cách biệt
中略	ちゅうりゃく	lược phần giữa
本書	ほんしょ	cuốn sách này
意図[する]	いと[する]	ý đồ, dụng ý
敬具	けいぐ	kính thư
色は匂へどちりぬるを	いろはにおへ(え)どちりぬるを	màu sắc là hương thơm nhưng sẽ phai nhạt dần
氏	し	ông ấy/bà ấy
生前	せいぜん	khi còn sống, sinh thời
遺骨	いこつ	hài cốt, di cốt
三無主義	さんむしゅぎ	học thuyết 3 không
主義	しゅぎ	chủ nghĩa, học thuyết
唱える	となえる	giảng, thuyết giảng
遺書	いしょ	di chúc
記す	しるす	ghi
公言[する]	こうげん[する]	công bố
遺族	いぞく	gia quyến
忠実[な]	ちゅうじつ[な]	đúng, chính xác
覆い隠す	おおいかくす	che giấu, che đậy

生涯	しょうがい	cuộc đời
宗教	しゅうきょう	tôn giáo
通す	とおす	trải qua
満月	まんげつ	trăng tròn
仰ぐ	あおぐ	ngước nhìn
夢想[する]	むそう[する]	mơ tưởng, mộng tưởng
はたして		thật sự
最期	さいご	lúc lâm chung
定か[な]	さだか[な]	chắc chắn
悟る	さとる	giác ngộ, hiểu ra
心得	こころえ	kiến thức, hiểu biết
断食[する]	だんじき[する]	tuyệt thực, nhịn ăn
往生[する]	おうじょう[する]	ra đi, chết
現時点	げんじてん	thời điểm hiện tại
すべ		cách, cách thức
かねて		từ trước
一握り	ひとにぎり	một nắm
散骨	さんこつ	việc rải tro cốt
知友	ちゆう	bạn tri kỷ
遺灰	いはい	tro cốt
みちすがら		trên đường đi
因縁	いんねん	mối liên hệ
散布[する]	さんぷ[する]	rải, rải rắc
愛唱句	あいしょうく	bài thơ yêu thích
制作意図	せいさくいと	mục đích tạo ra
制作[する]	せいさく[する]	sản xuất, tạo ra
夢みる	ゆめみる	mơ ước
山あり谷あり	やまありたにあり	lúc thăng lúc trầm
振り返る	ふりかえる	nhìn lại
功績	こうせき	thành tựu
還暦	かんれき	sinh nhật lần thứ sáu mươi
迎える[還暦を〜]	むかえる[かんれきを〜]	đón [sinh nhật lần thứ sáu mươi]
フェア		hội chợ
開催[する]	かいさい[する]	tổ chức

資金	しきん	tiền
団体	だんたい	đoàn thể
御中	おんちゅう	gửi đến
時候	じこう	mùa
趣旨	しゅし	nội dung chính
企画[する]	きかく[する]	[lập] kế hoạch
意義	いぎ	ý nghĩa
依頼[する]	いらい[する]	yêu cầu
伝記	でんき	tiểu sử

話す・聞く

ゼミ		lớp học chuyên đề
文末	ぶんまつ	cuối câu
遠慮がち	えんりょがち	hay ngại
意思	いし	ý, ý định
議題	ぎだい	vấn đề thảo luận
産む	うむ	sinh
保育所	ほいくしょ	nhà trẻ
ためらう		do dự
せめて		ít nhất
給食	きゅうしょく	bữa ăn ở trường
保育施設	ほいくしせつ	cơ sở chăm sóc trẻ em
～施設[保育～]	～しせつ[ほいく～]	cơ sở [chăm sóc trẻ em]
充実[する]	じゅうじつ[する]	hoàn thiện, đầy đủ
無償	むしょう	miễn phí
恩恵	おんけい	ân huệ
不公平[感]	ふこうへい[かん]	[cảm giác] bất công
核家族	かくかぞく	gia đình hạt nhân
育児休暇	いくじきゅうか	nghỉ chăm con
育児	いくじ	chăm con
子育て	こそだて	nuôi dạy con
積極的[な]	せっきょくてき[な]	tích cực
放棄[する]	ほうき[する]	bỏ bê, lơ là
イジメ		sự bắt nạt

任せる	まかせる	giao phó, phó mặc
縛る	しばる	trói buộc, ràng buộc
解消[する]	かいしょう[する]	giải tỏa, giải quyết
カップル		cặp đôi
こだわる		câu nệ, để ý, lưu tâm
背景	はいけい	bối cảnh
カギ[問題を解決する~]	[もんだいをかいけつする~]	chìa khóa [giải quyết vấn đề]
未婚	みこん	chưa kết hôn
晩婚	ばんこん	kết hôn muộn
発想[する]	はっそう[する]	ý tưởng
転換[する]	てんかん[する]	thay đổi
値上げ	ねあげ	tăng giá
居住~[~環境]	きょじゅう~[~かんきょう]	[môi trường] sinh sống
レベル		mức độ
年金	ねんきん	lương hưu
年金生活[者]	ねんきんせいかつ[しゃ]	[người] sống bằng lương hưu
安易[な]	あんい[な]	dễ dàng
スライド[する]		tăng theo
仕方[が]ない	しかた[が]ない	không còn cách nào khác
交わり	まじわり	giao thiệp, tiếp xúc
無駄遣い	むだづかい	chi tiêu lãng phí
誘惑[する]	ゆうわく[する]	cám dỗ
日頃	ひごろ	hằng ngày
オンラインゲーム		trò chơi trực tuyến
率直[な]	そっちょく[な]	thẳng thắn, bộc trực
意見交換	いけんこうかん	trao đổi ý kiến
まとめ役	まとめやく	người dẫn dắt, người điều phối

文法・練習

共有[する]	きょうゆう[する]	chia sẻ
移転[する]	いてん[する]	chuyển vị trí
出席率	しゅっせきりつ	tỷ lệ tham gia, tỷ lệ có mặt

運転免許証	うんてんめんきょしょう	bằng lái xe
経済成長期	けいざいせいちょうき	giai đoạn tăng trưởng kinh tế nhanh
倍	ばい	gấp đôi
皆様	みなさま	mọi người, quý vị
国連	こくれん	Liên Hiệp Quốc
通訳[する]	つうやく[する]	phiên dịch
左右[する]	さゆう[する]	ảnh hưởng
乳幼児	にゅうようじ	trẻ sơ sinh và trẻ nhỏ
死亡率	しぼうりつ	tỷ lệ tử vong
生命体	せいめいたい	sinh vật sống
着用[する]	ちゃくよう[する]	mang, mặc
他人	たにん	người khác
発達[する]	はったつ[する]	phát triển
地動説	ちどうせつ	Thuyết Copernicus (cho rằng các hành tinh xoay xung quanh mặt trời)
信念	しんねん	niềm tin
にこにこ[する]		mỉm cười
待ち望む	まちのぞむ	mong đợi
めったに		hiếm khi
よほど		nhiều, lắm
機嫌	きげん	tâm trạng
ストレス		căng thẳng, áp lực
たまる[ストレスが〜]		[căng thẳng] tích tụ
突く	つく	trúng
エコロジー		sinh thái học
思想	しそう	tư tưởng
まもなく		chẳng mấy chốc
そうした		như thế, như vậy
労働力	ろうどうりょく	lực lượng lao động
依存[する]	いそん[する]	phụ thuộc
労働者	ろうどうしゃ	công nhân, người lao động
受け入れる	うけいれる	tiếp nhận
労働条件	ろうどうじょうけん	điều kiện làm việc
労働	ろうどう	lao động

整備[する]	せいび[する]	trang bị
天	てん	thiên đường
パスワード		mật khẩu
地面	じめん	mặt đất
凍る	こおる	đông lại
王様	おうさま	vua
幼い	おさない	nhỏ
貧しい	まずしい	nghèo
援助[する]	えんじょ[する]	viện trợ
刺激[する]	しげき[する]	kích thích, tạo động lực
食料	しょくりょう	thức ăn
不確か[な]	ふたしか[な]	không chắc chắn
児童公園	じどうこうえん	công viên cho trẻ em
児童	じどう	trẻ em
ブランコ		cái xích đu
滑り台	すべりだい	cầu trượt
甘やかす	あまやかす	chiều chuộng, nuông chiều
予防接種	よぼうせっしゅ	tiêm phòng
生きがい	いきがい	ý nghĩa cuộc sống, lẽ sống
童話	どうわ	đồng dao

問題

意欲	いよく	mong muốn
公平[な]	こうへい[な]	công bằng
科目	かもく	môn học
社会保障	しゃかいほしょう	an sinh xã hội
爆発[する]	ばくはつ[する]	bùng nổ
急増[する]	きゅうぞう[する]	tăng nhanh
雇用[する]	こよう[する]	tuyển dụng
貧困	ひんこん	sự nghèo đói
生む	うむ	làm phát sinh, sinh ra
深刻[な]	しんこく[な]	nghiêm trọng
フェスタ		lễ hội
私ども	わたくしども	chúng tôi

協会	きょうかい	hiệp hội
展示[する]	てんじ[する]	triển lãm
詳細[な]	しょうさい[な]	chi tiết
企画書	きかくしょ	bản kế hoạch
打ち合わせ	うちあわせ	sự trao đổi, sự thảo luận
日程	にってい	lịch trình
用件	ようけん	việc, vấn đề
承諾[する]	しょうだく[する]	đồng ý, chấp nhận
無気力[な]	むきりょく[な]	uể oải
無断	むだん	không có sự cho phép, tùy tiện
満たす	みたす	thỏa mãn, đáp ứng
再会[する]	さいかい[する]	gặp lại, tái ngộ
玩具	がんぐ	đồ chơi
粘り強い	ねばりづよい	kiên trì
要望[する]	ようぼう[する]	mong muốn
息	いき	hơi thở
引き取る[息を～]	ひきとる[いきを～]	trút hơi thở cuối cùng
褒めたたえる	ほめたたえる	khen ngợi, ca ngợi
熱意	ねつい	sự hăng hái, sự nhiệt tình
響く	ひびく	vang
鑑賞[する]	かんしょう[する]	xem, thưởng thức
訴える	うったえる	khiến phải suy nghĩ

では、今日の議題、～について話し合いたいと思います。	Như vậy, tôi muốn chúng ta bắt đầu trao đổi chủ đề hôm nay về ~.

Sử dụng khi bắt đầu thảo luận.

私は～に反対です。	Tôi phản đối về ~.
～より～を～べきじゃないでしょうか。	Chẳng phải chúng ta nên ~ hơn là ~ hay sao?
その通りです。	Đúng như vậy.

Sử dụng khi bày tỏ sự thống nhất ý kiến với người khác.

…のではなく、まず、…べきだと思います。	Tôi nghĩ thay vì … thì trước hết nên ….
ですが、～さん。	Nhưng, Ông ~ ….

Sử dụng khi để người nghe biết được người sắp đưa ra quan điểm ngược lại.

それもそうですね。　　　　　　　　　Thật đúng như vậy nhỉ.

> Sử dụng khi thể hiện sự tán đồng ý kiến.

…なんじゃないでしょうか。　　　　　Bạn có nghĩ rằng là …

> Sử dụng khi bắt đầu cuộc thảo luận.

ではそろそろ意見をまとめたいと思います。　　Như vậy, tôi nghĩ đã đến lúc chúng ta tổng hợp lại các ý kiến.

> Sử dụng khi kết thúc cuộc thảo luận.

山折哲雄（やまおりてつお）	Yamaori Tetsuo: Triết gia và nhà truyền giáo. 1931-.
西行法師（さいぎょうほうし）	Saigyo Hoshi: nhà thơ, hoạt động vào cuối thời Heian. 1118-1190.
ガンジス川（がわ）	Sông Hằng
ASEAN諸国（しょこく）	ASEAN (Hiệp hội các quốc gia Đông Nam Á)
ガリレオ	Galileo Galilei: nhà vật lý và thiên văn học người Ý. 1564-1642.
アンデルセン童話（どうわ）	Andersen's Fairy Tales: Một sê-ri các câu chuyện cổ tích của tác giả người Đan Mạch- Hans Christian Andersen.
「羅生門」（らしょうもん）	'Rashomon': Một bộ phim của đạo diễn người Nhật Kurosawa Akira, phát hành vào năm 1950.
「生きる」（い）	'Ikiru': Một bộ phim của đạo diễn người Nhật Kurosawa Akira, phát hành vào năm 1952.

Bài 23

読む・書く

コモンズ		tài nguyên đất đai thuộc sở hữu chung
悲劇	ひげき	bi kịch
地球市民	ちきゅうしみん	công dân toàn cầu
オゾン層	オゾンそう	tầng ôzôn
熱帯雨林	ねったいうりん	rừng nhiệt đới
酸性雨	さんせいう	mưa axit
生物	せいぶつ	sinh vật
絶滅[する]	ぜつめつ[する]	diệt vong, tuyệt chủng
大気汚染	たいきおせん	ô nhiễm không khí
大気	たいき	không khí
汚染[する]	おせん[する]	ô nhiễm
現れる	あらわれる	xuất hiện
共有地	きょうゆうち	đất sở hữu chung
牧草	ぼくそう	cỏ (cho gia súc ăn)
羊	ひつじ	cừu
あげる[利益を～]	[りえきを～]	tăng [lợi nhuận]
試み始める	こころみはじめる	bắt đầu thử nghiệm
試みる	こころみる	thử
荒廃[する]	こうはい[する]	tàn phá, hủy hoại
捨て去る	すてさる	vứt bỏ
投稿[する]	とうこう[する]	gửi bài viết
懲りる	こりる	tỉnh ngộ, sáng mắt ra
仕組み	しくみ	cơ chế
掟	おきて	luật lệ
組み込む	くみこむ	đưa vào
物語	ものがたり	câu chuyện
識者	しきしゃ	nhà trí thức
規模	きぼ	quy mô
直結[する]	ちょっけつ[する]	kết nối trực tiếp, liên quan trực tiếp

普遍化	ふへんか	phổ biến
公共圏	こうきょうけん	tài nguyên đất đai thuộc sở hữu chung
水資源	みずしげん	tài nguyên nước
山林	さんりん	rừng núi
河川	かせん	sông ngòi
酸素	さんそ	ôxy
少々	しょうしょう	hơi, một chút
海洋	かいよう	đại dương
神話	しんわ	chuyện thần thoại
道徳	どうとく	đạo đức
支え	ささえ	sự ủng hộ, hỗ trợ
自然科学	しぜんかがく	khoa học tự nhiên
人文科学	じんぶんかがく	khoa học nhân văn
織りまぜる	おりまぜる	xen vào, lồng vào
ジレンマ		tình trạng khó xử, tình thế tiến thoái lưỡng nan
掘り下げる	ほりさげる	đào sâu, hiểu thấu
制御[する]	せいぎょ[する]	kiểm soát
無数の	むすうの	vô số
相互作用	そうごさよう	tương tác qua lại
解決策	かいけつさく	đối sách, giải pháp
農耕	のうこう	nông nghiệp
教訓	きょうくん	bài học
灌漑	かんがい	thủy lợi, tưới tiêu
土壌	どじょう	đất canh tác, thổ nhưỡng
塩類	えんるい	muối
集積[する]	しゅうせき[する]	tích tụ
縮小[する]	しゅくしょう[する]	thu nhỏ, thu hẹp
海浜	かいひん	ven biển
消失[する]	しょうしつ[する]	biến mất
等々	とうとう	vân vân
数えあげる	かぞえあげる	đếm từng cái, kể từng cái
きり[～がない]		[không có] điểm dừng, [không có] giới hạn
つけ		cái giá phải trả
事象	じしょう	hiện tượng, sự việc

明確[な]	めいかく[な]	rõ ràng, rành mạch
確率	かくりつ	xác suất
明らか[な]	あきらか[な]	rõ ràng
不可欠[な]	ふかけつ[な]	không thể thiếu
段階	だんかい	giai đoạn
記号	きごう	ký hiệu
荒れる	あれる	bị tàn phá, bị hủy hoại
植物	しょくぶつ	thực vật
生育[する]	せいいく[する]	phát triển, tăng trưởng
工業	こうぎょう	công nghiệp
種々	しゅじゅ	đa dạng, khác nhau
チェックシート		bảng kiểm tra
温度設定	おんどせってい	thiết đặt nhiệt độ
温度	おんど	nhiệt độ
設定[する]	せってい[する]	thiết đặt

話す・聞く

クマゲラ		chim gõ kiến đen
林道	りんどう	đường rừng
鳥類	ちょうるい	loài chim
生息地	せいそくち	môi trường sống
経緯	けいい	quá trình
決意[する]	けつい[する]	quyết định, quyết tâm
棲む	すむ	sinh sống
啄木鳥	きつつき	chim gõ kiến
しっぽ		đuôi
羽毛	うもう	lông vũ
スケッチ[する]		phác thảo, phác họa
偶然	ぐうぜん	ngẫu nhiên
ブナ		cây Fagus crenata (một loài thực vật có hoa trong Họ Fagales)
原生林	げんせいりん	rừng nguyên sinh
多種多様	たしゅたよう	đa chủng loại
動植物	どうしょくぶつ	động thực vật

使い道	つかいみち	cách sử dụng
木材	もくざい	gỗ
狭める	せばめる	thu hẹp
保護[する]	ほご[する]	bảo vệ
巣作り	すづくり	làm tổ
ねぐら		nơi chim đậu
天然記念物	てんねんきねんぶつ	loài được bảo tồn
危ぐ[する]	きぐ[する]	[có] nguy cơ
種[絶滅危ぐ～]	しゅ[ぜつめつきぐ～]	loài [có nguy cơ tuyệt chủng]
世界自然遺産	せかいしぜんいさん	di sản thiên nhiên thế giới
自然遺産	しぜんいさん	di sản thiên nhiên
農地	のうち	đất nông nghiệp
拡大[する]	かくだい[する]	mở rộng
変動[する]	へんどう[する]	biến đổi
絡みあう	からみあう	đan xen
持続[する]	じぞく[する]	kéo dài, duy trì
食糧	しょくりょう	lương thực
清聴	せいちょう	sự chú ý lắng nghe
砂浜	すなはま	bãi biển
打ち寄せる	うちよせる	vỗ bờ, đánh vào bờ
現状	げんじょう	hiện trạng
街並み	まちなみ	dãy phố
故郷	こきょう	quê nhà
たびたび		thường xuyên, nhiều lần
自国	じこく	tổ quốc mình, đất nước mình
引き寄せる	ひきよせる	kéo lại gần
事例	じれい	trường hợp

文法・練習

国内	こくない	trong nước
実り	みのり	thành quả
学力	がくりょく	học lực
努力家	どりょくか	người chăm chỉ nỗ lực
非常時	ひじょうじ	khi khẩn cấp

本店	ほんてん	trụ sở chính
閉店[する]	へいてん[する]	đóng cửa
ワールドカップ		Cúp vô địch Thế Giới
転ばぬ先の杖	ころばぬさきのつえ	phòng bệnh hơn chữa bệnh
杖	つえ	cây gậy
朝令暮改	ちょうれいぼかい	hay thay đổi
品	しな	vật phẩm, hàng hóa
愛情	あいじょう	tình yêu thương
引っ張る	ひっぱる	kéo
進む[調べが～]	すすむ[しらべが～]	[cuộc điều tra] tiến triển
機器	きき	thiết bị, máy móc
薄れる[悲しみが～]	うすれる[かなしみが～]	[nỗi buồn] vơi đi
高まる[緊張が～]	たかまる[きんちょうが～]	[căng thẳng] tăng lên
染まる	そまる	nhuốm màu
訪ねる	たずねる	thăm, viếng
イエス		đồng ý (yes)
真偽	しんぎ	đúng sai
火災	かさい	hỏa hoạn
スプリンクラー		thiết bị phun nước chữa cháy
設置[する]	せっち[する]	lắp đặt
義務[づける]	ぎむ[づける]	[gán] nghĩa vụ
通学[する]	つうがく[する]	đi học
親友	しんゆう	bạn thân
食物	しょくもつ	thức ăn
社会科	しゃかいか	môn học về xã hội
地理	ちり	địa lý
ジュードー		võ judô
ニンジャ		ninja
ホストファミリー		gia đình chủ nhà (homestay)
フナずし		funazushi (sushi cá chép lên men)
ドリアン		sầu riêng

問題

| 農家 | のうか | nông dân |

蓄える	たくわえる	tích trữ
蒸発[する]	じょうはつ[する]	bốc hơi, bay hơi
洪水	こうずい	lũ lụt
仲人	なこうど	người mối lái
河口	かこう	cửa sông
カキ		hàu
漁師	りょうし	ngư dân
栄養分	えいようぶん	thành phần dinh dưỡng
循環[する]	じゅんかん[する]	tuần hoàn
サケ		cá hồi
取り込む	とりこむ	đưa vào, hấp thụ
まさに[その時]	[そのとき]	quả thật [lúc đó]
見守る	みまもる	dõi theo
消費[する]	しょうひ[する]	tiêu thụ
電化製品	でんかせいひん	mặt hàng điện tử
照明器具	しょうめいきぐ	thiết bị chiếu sáng
蛍光灯	けいこうとう	đèn huỳnh quang
風通し	かぜとおし	thông gió, thoáng gió

それがきっかけで…ようになりました。	Đó là nguyên cớ để tôi ….
さて、〜ではどうでしょうか。	Vậy thì, ở … thì sao?

> Chuyển chủ đề.

(悲しい)ことに、……。	Thật đáng buồn là ….

> Thể hiện tâm trạng của người nói về vấn đề sắp nói đến.

イソップ物語	Ngụ ngôn Aesop: Một bộ sưu tập các câu chuyện ngụ ngôn được cho là viết bởi Aesop.
メソポタミア	Vùng đất Mesopotamia
アラル海	Biển Aral
和田英太郎	Wada Eitaro: Nhà khoa học trái đất của Nhật Bản. 1939-.
秋田	Akita: Một tỉnh ở miền tây Tohoku, tiếp giáp với biển Nhật Bản.

シェークスピア	William Shakespeare: Nhà viết kịch và nhà thơ người Anh. 1564-1616.
「ハムレット」	'Hamlet': Một trong bốn vở bi kịch lớn của Shakespeare.
慶応義塾大学（けいおうぎじゅくだいがく）	Đại học Keio: Trường đại học tư ở Nhật Bản, được thành lập bởi Fukuzawa Yukichi.
福沢諭吉（ふくざわゆきち）	Fukuzawa Yukichi: Nhà tư tưởng và giáo dục. 1834-1901.
ピラミッド	Kim tự tháp
ナスカの地上絵（ちじょうえ）	Nazca Lines: mô hình hình học và hình ảnh tượng trưng của các loài động thực vật được vẽ trên mặt đất cao nguyên Nazca ở Peru.
ネッシー	Loch Ness Monster: Một con quái vật sống trong hồ Loch Ness ở Scotland.
バミューダ・トライアングル	Tam giác Bermuda: Một khu vực tam giác của biển, được bao bọc bởi Puerto Rico, Bermuda và mũi của bán đảo Florida. Truyền thuyết kể rằng các tàu và máy bay đã biến mất một cách bí ẩn ở đó.

Bài 24

読む・書く

型	かた	khuôn khổ
はまる[型に～]	[かたに～]	theo [khuôn khổ]
好奇心	こうきしん	tính tò mò
忍耐[力]	にんたい[りょく]	[sức] chịu đựng, [sự] nhẫn nại
就職試験	しゅうしょくしけん	kỳ thi tuyển dụng
面接[する]	めんせつ[する]	phỏng vấn
約束事	やくそくごと	điều hứa hẹn
守る[約束を～]	まもる[やくそくを～]	giữ [lời hứa]
服装	ふくそう	quần áo, trang phục
TPO	ティーピーオー	TPO (thời gian, địa điểm, tình huống)
[お]能	[お]のう	kịch Nô
破る[型を～]	やぶる[かたを～]	phá vỡ [khuôn khổ]
とかく		có khuynh hướng
見渡す	みわたす	nhìn bao quát, nhìn tổng thể
あらざるもの		không
衣類	いるい	quần áo
しばり上げる	しばりあげる	trói buộc
人跡	じんせき	dấu chân người
絶える	たえる	ngừng, dừng
山奥	やまおく	hốc núi
面倒くさい	めんどうくさい	phiền phức
こんがらかる		rối
糸	いと	chỉ
ズタズタ[に]		nát, vụn
切りさく	きりさく	cắt vụn
社会人	しゃかいじん	thành viên của xã hội
たる[社会人～]	[しゃかいじん～]	đã là [thành viên của xã hội]
なんといおうと		dù nói gì đi nữa
不自由[な]	ふじゆう[な]	khuyết tật, khiếm khuyết

うらやむ		đố kỵ
天才	てんさい	thiên tài
話相手	はなしあいて	người nói chuyện cùng
そうかといって		cho dù có như vậy
まぎらわす		làm khuây khỏa
切実[な]	せつじつ[な]	thiết thực
たより		điểm tựa, chỗ dựa
茶杓	ちゃしゃく	muỗng trà (dùng trong trà đạo)
一片	いっぺん	miếng, mảnh
肉体	にくたい	cơ thể
まかせきる		dành trọn
愛用[する]	あいよう[する]	thích dùng, yêu thích
滅びる	ほろびる	diệt vong, suy tàn
鐘[お寺の～]	かね[おてらの～]	chuông [chùa]
余音	よいん	tiếng vọng
とどめる		giữ, lưu lại
後の[～人々]	のちの[～ひとびと]	[người] đời sau
おろか[な]		ngu ngốc, ngu xuẩn
しのぶ		tưởng nhớ
でっち上げる	でっちあげる	tạo ra, vẽ ra
唯一	ゆいいつ	duy nhất
近づく[利休へ～]	ちかづく[りきゅうへ～]	tiếp cận, đến gần [Rikyu]
ほんと		sự thật
けっとばす		đá tung, đá văng
たしなみ		thú vui tao nhã
もと[間違いの～]	[まちがいの～]	nguồn gốc [sai sót]
後世	こうせい	hậu thế, đời sau
残す[後世へ～]	のこす[こうせいへ～]	để lại cho [hậu thế]
凡人	ぼんじん	người bình thường
獲得[する]	かくとく[する]	có được, đạt được

話す・聞く

制作会社	せいさくがいしゃ	công ty sản xuất
志望[する]	しぼう[する]	nguyện vọng, mong muốn

志望動機	しぼうどうき	động cơ xin vào công ty
意志	いし	ý chí
告げる	つげる	nói, tuyên bố, thông báo
当社	とうしゃ	công ty chúng tôi
御社	おんしゃ	công ty của đối tác
事業	じぎょう	kinh doanh
農産物	のうさんぶつ	nông sản
調達[する]	ちょうたつ[する]	cung cấp, cung ứng
確保[する]	かくほ[する]	đảm bảo
win-win[な]	ウィンウィン[な]	đôi bên cùng có lợi
感銘[する]	かんめい[する]	cảm động sâu sắc
弊社	へいしゃ	công ty chúng tôi
カップ麺	カップめん	mì ly
出会い	であい	sự gặp gỡ, sự tiếp xúc
香り	かおり	hương thơm
衝撃的[な]	しょうげきてき[な]	ấn tượng
自炊[する]	じすい[する]	tự nấu ăn
レトルト食品	レトルトしょくひん	thức ăn chế biến sẵn đóng bao/hộp (được xử lý tiệt trùng ở môi trường nhiệt độ cao, áp suất cao)
手に入る	てにはいる	có được
贅沢[な]	ぜいたく[な]	xa hoa, xa xỉ
なるほど		hóa ra thế, tôi hiểu
ついていく[授業に〜]	[じゅぎょうに〜]	theo kịp [giờ học]
流れる[コマーシャルが〜]	ながれる	chiếu, phát [quảng cáo]
科学技術	かがくぎじゅつ	khoa học kĩ thuật
就く[仕事に〜]	つく[しごとに〜]	làm [việc]
携わる	たずさわる	tham gia vào
職種	しょくしゅ	ngành nghề
専門性	せんもんせい	tính chuyên môn
専攻[する]	せんこう[する]	chuyên ngành
アミノ酸	アミノさん	axit amin
卒論	そつろん	luận văn tốt nghiệp

応用[する]	おうよう[する]	ứng dụng
実績	じっせき	thành tích thực tế
医薬品	いやくひん	thuốc, dược phẩm
化粧品	けしょうひん	mỹ phẩm
健康食品	けんこうしょくひん	thực phẩm chức năng
積む[経験を〜]	つむ[けいけんを〜]	tích lũy [kinh nghiệm]
突っ込む	つっこむ	bắt bẻ, truy cứu
切り返す	きりかえす	phản hồi lại, đáp trả lại
インストラクター		người hướng dẫn
配属[する]	はいぞく[する]	bố trí, điều về
配偶者	はいぐうしゃ	vợ/chồng
短所	たんしょ	điểm yếu, sở đoản
長所	ちょうしょ	điểm mạnh, sở trường
適性	てきせい	khả năng thích ứng
有無	うむ	có hoặc không
否定的[な]	ひていてき[な]	mang tính phủ định

文法・練習

許す	ゆるす	tha thứ
ねじ		ốc vít
人工衛星	じんこうえいせい	vệ tinh nhân tạo
J-pop	ジェー・ポップ	J-pop
当店	とうてん	cửa hàng chúng tôi
ジャンル		thể loại
胸[母親の〜]	むね[ははおやの〜]	ngực, lòng [mẹ]
座り込む	すわりこむ	ngồi bệt xuống, ngồi rũ xuống
協力[する]	きょうりょく[する]	hợp tác
別れ[永遠の〜]	わかれ[えいえんの〜]	chia tay, chia ly [vĩnh viễn]
神	かみ	thần thánh
ウォーター		nước
開店[する]	かいてん[する]	mở cửa hàng, khai trương
チーズ		pho mát
やぎ乳	やぎにゅう	sữa dê
非常用	ひじょうよう	dùng trong trường hợp khẩn cấp

何とかなる	なんとかなる	bằng cách nào đó sẽ được, rồi cũng sẽ ổn
グラウンド		sân bóng
前方	ぜんぽう	phía trước
出る［結論が～］	でる［けつろんが～］	đưa ra [kết luận]
了承［する］	りょうしょう［する］	đồng ý, chấp thuận
起こす［行動を～］	おこす［こうどうを～］	thực hiện [hành động]
銭湯	せんとう	nhà tắm công cộng
下駄	げた	guốc Nhật
押し切る	おしきる	bất chấp, vượt qua
励む	はげむ	cố gắng, gắng hết sức
昔々	むかしむかし	ngày xửa ngày xưa
失恋［する］	しつれん［する］	thất tình
熱心［な］	ねっしん［な］	nhiệt tình
恐怖	きょうふ	sự sợ hãi, nỗi sợ hãi
沈黙	ちんもく	sự im lặng

問題

就職活動	しゅうしょくかつどう	hoạt động tìm việc
比較［する］	ひかく［する］	so sánh
従事［する］	じゅうじ［する］	tham gia, theo đuổi, phụng sự
推薦［する］	すいせん［する］	giới thiệu, tiến cử
ＴＯＥＩＣ	トーイック	TOEIC
全力	ぜんりょく	toàn bộ sức lực
運営［する］	うんえい［する］	quản lý, điều hành
履歴書	りれきしょ	sơ yếu lý lịch
特技	とくぎ	kỹ năng đặc biệt
給与	きゅうよ	tiền lương
岐路	きろ	ngã rẽ, bước ngoặt
最寄り	もより	gần nhất
道筋	みちすじ	tuyến đường, trục đường
ルート		lộ trình, đường đi
仕事場	しごとば	nơi làm việc
遠回り	とおまわり	đi đường vòng
飲み会	のみかい	tiệc nhậu, bữa nhậu

選択[する]	せんたく[する]	chọn lựa
彼我	ひが	đối phương và bản thân, người và ta
効率	こうりつ	hiệu quả
優先[する]	ゆうせん[する]	ưu tiên
通行[する]	つうこう[する]	đi qua, qua lại
長い目	ながいめ	tầm nhìn xa
人柄	ひとがら	phẩm cách, nhân cách
帰結	きけつ	kết luận, quy kết
旅路	たびじ	chuyến đi, cuộc hành trình
いつしか		từ lúc nào
昆虫採集	こんちゅうさいしゅう	sưu tập côn trùng
昆虫	こんちゅう	côn trùng
蝶道	ちょうどう	đường bướm bay
網	あみ	lưới
構える	かまえる	bố trí, giăng sẵn (lưới)
アゲハチョウ		họ bướm phượng
木立	こだち	bụi cây, lùm cây
暗がり	くらがり	bóng tối, nơi tối
日照	にっしょう	ánh sáng mặt trời
食草	しょくそう	cây ăn thịt
メス		giống cái
待ち構える	まちかまえる	đợi sẵn
収める	おさめる	mắc vào (lưới)
理屈	りくつ	lí lẽ, lí luận
虫網	むしあみ	vợt bắt côn trùng

…ことに感銘を受け、ぜひ御社で働きたいと思いました。　Tôi ấn tượng mạnh với …, và thực sự rất muốn làm việc cho quý công ty.

> Sử dụng trong cuộc phỏng vấn việc làm, giải thích động cơ xin việc.

確かに……。しかし、……。　Rõ ràng là …, tuy nhiên ….

> Sử dụng khi muốn khẳng định lại quan điểm của mình, sau khi đồng ý với quan điểm người khác.

利休 (りきゅう)	Sen no Rikyu: Nghệ nhân trong trà đạo, thời đại Azuchi-Momoyama. Được dẫn dắt bởi Oda Nobunaga và Toyotomi Hideyoshi. 1522-1591.
世阿弥 (ぜあみ)	Zeami Motokiyo: Nhà viết kịch và là nghệ sĩ biểu diễn kịch Nô ở đầu thời Muromachi, người đã hoàn thiện nghệ thuật Nô. 1363-1443.
白洲正子 (しらすまさこ)	Shirasu Masako: Người viết tùy bút. 1910-1998.
プッチーニ	Giacomo Puccini: Nhà soạn nhạc người Ý. Tác giả của *Madame Butterfly*. 1858-1924.

Các Mục Ngữ Pháp Mở Rộng

当日	とうじつ	ngày hôm đó
水不足	みずぶそく	thiếu nước
制限[する]	せいげん[する]	giới hạn
みな / みんな		tất cả mọi người
移民[する]	いみん[する]	nhập cư
人権	じんけん	nhân quyền
最低	さいてい	tối thiểu, ít nhất
欠席[する]	けっせき[する]	vắng mặt
和菓子	わがし	bánh kẹo kiểu (truyền thống) nhật bản
割引[〜料金]	わりびき[〜りょうきん]	giảm [giá]
休館	きゅうかん	đóng cửa (bảo tàng, thư viện, …)
クリニック		phòng khám
診療科	しんりょうか	khoa khám chữa bệnh
総合病院	そうごうびょういん	bệnh viện đa khoa
病状	びょうじょう	bệnh tình
無口[な]	むくち[な]	ít nói
楽観的[な]	らっかんてき[な]	lạc quan
農村	のうそん	nông thôn
プライド		niềm tự hào, sự hãnh diện, lòng tự trọng
傷つきやすい	きずつきやすい	dễ tổn thương
ハンドバッグ		túi xách tay
昨晩	さくばん	tối qua
職場	しょくば	nơi làm việc
寝不足	ねぶそく	thiếu ngủ
ダイヤ		biểu đồ chạy tàu
大幅[な]	おおはば[な]	nhiều, kinh khủng
乱れる	みだれる	rối loạn
はやる		hoành hành (dịch bệnh)
待合室	まちあいしつ	phòng chờ
混雑[する]	こんざつ[する]	tắc nghẽn

市内	しない	trong thành phố, nội thành
直行便	ちょっこうびん	chuyến bay/đi thẳng (xe buýt, máy bay, …)
百薬	ひゃくやく	thuốc trị bách bệnh
退院[する]	たいいん[する]	ra viện
止む	やむ	ngừng
観客	かんきゃく	khán giả
未成年	みせいねん	vị thành niên, chưa đến tuổi trưởng thành
一人暮らし	ひとりぐらし	sống một mình
批判[する]	ひはん[する]	phê phán
横になる	よこになる	nằm, ngả lưng
宝石	ほうせき	đá quý
言い当てる	いいあてる	đoán
言い終わる	いいおわる	nói xong
申請[する]	しんせい[する]	xin, đăng ký
ボトム・アップ方式	ボトム・アップほうしき	phương pháp bottom up (lấy ý kiến từ dưới lên)
方式	ほうしき	phương pháp, cách tiếp cận
ついでに		tiện thể, nhân tiện
保つ	たもつ	giữ, duy trì
周囲	しゅうい	những người xung quanh
抱きしめる	だきしめる	ôm chặt
代わる	かわる	thay cho
燃料	ねんりょう	nhiên liệu
支援者	しえんしゃ	người ủng hộ
声援[する]	せいえん[する]	cổ vũ
先立つ	さきだつ	trước, trước khi
両家	りょうけ	gia đình hai bên
親族	しんぞく	họ hàng, người thân
起業[する]	きぎょう[する]	khởi nghiệp
食生活	しょくせいかつ	đời sống ẩm thực
成人病	せいじんびょう	bệnh của người trưởng thành
治療[する]	ちりょう[する]	chữa trị
統廃合	とうはいごう	sát nhập lại
都市整備	としせいび	chỉnh trang đô thị

急ピッチ	きゅうピッチ	nhanh chóng
実話	じつわ	câu chuyện có thật
さんざん		ghê gớm
賃貸	ちんたい	cho thuê
免除[する]	めんじょ[する]	miễn
暗算[する]	あんざん[する]	tính nhẩm
スピード		tốc độ
反する	はんする	trái với
マニフェスト		tuyên ngôn, cương lĩnh hành động
掲げる	かかげる	nêu lên, đưa ra
堅苦しい	かたくるしい	cứng nhắc, mang tính khuôn mẫu
ざっくばらん[な]		thẳng thắn
ワサビ		mù tạc
車種	しゃしゅ	chủng loại xe
問う	とう	hỏi đến, tính đến
高額	こうがく	giá cao
買い取り	かいとり	mua lại
停滞[する]	ていたい[する]	trì trệ
中心	ちゅうしん	trọng tâm
理系	りけい	tự nhiên
学部	がくぶ	khoa
墓地	ぼち	nghĩa trang
めぐる		về, liên quan đến
長男	ちょうなん	con trai cả
次男	じなん	con trai thứ
法廷	ほうてい	tòa án
争う	あらそう	tranh chấp
何事	なにごと	mọi thứ, mọi việc
真心	まごころ	thành tâm, chân thành
合計	ごうけい	tổng cộng
ぺらぺら		trôi chảy, thành thạo
万能	ばんのう	người toàn năng
必修科目	ひっしゅうかもく	môn học bắt buộc

必修	ひっしゅう	bắt buộc
単位	たんい	tín chỉ
チヂミ		món chidimi (món ăn của hàn quốc)
戦前	せんぜん	tiền chiến, trước chiến tranh
公表[する]	こうひょう[する]	công bố
夕食	ゆうしょく	bữa tối
次回	じかい	lần tới
校外学習	こうがいがくしゅう	học tập ngoại khóa
定休日	ていきゅうび	ngày nghỉ định kỳ
集い	つどい	sự tụ họp, sự gặp gỡ
気	き	tinh thần
まね		sự bắt chước
コーヒー豆	コーヒーまめ	hạt cà phê
豆	まめ	hạt
傷だらけ	きずだらけ	đầy vết xước
案	あん	phương án, kế hoạch
熱っぽい	ねつっぽい	như bị sốt
放送局	ほうそうきょく	đài truyền hình
わが社	わがしゃ	công ty chúng tôi
金持ち	かねもち	người giàu
漫才	まんざい	tấu hài
コンビ		sự kết hợp, đôi kết hợp
解ける	とける	có thể giải
一応	いちおう	đại khái
渇く	かわく	khát
祈る	いのる	cầu nguyện
立地[～条件]	りっち[～じょうけん]	[điều kiện~] vị trí
週休	しゅうきゅう	ngày nghỉ trong tuần
～制	～せい	chế độ ~
国家	こっか	quốc gia
劣る	おとる	kém, thua kém
迷路	めいろ	mê cung
一面	いちめん	cả một mặt
見張る	みはる	dõi theo

ライフスタイル		lối sống
身勝手[な]	みがって[な]	ích kỷ
勝手[な]	かって[な]	tùy tiện
定期的[な]	ていきてき[な]	định kỳ
肥料	ひりょう	phân bón
顔色	かおいろ	sắc mặt
食べかけ	たべかけ	ăn dở
氷	こおり	băng
やりぬく		làm đến cùng
政治犯	せいじはん	tội phạm chính trị
逮捕[する]	たいほ[する]	bắt
強いる	しいる	buộc, bắt buộc
見事[に]	みごと[に]	tuyệt vời

Phần 2
Giải Thích Ngữ Pháp

Bài 13

読む・書く

1. 来日したての頃、いつもリュックに辞書を詰めて、池袋の街を歩きながら、看板を解読していた。

「〜たて」biểu thị tình trạng ngay sau khi vừa xảy ra và đưa đến hình dung rằng sự vật/sự việc ngay sau đó mang các tính chất như "tươi, chưa có kinh nghiệm".
① 田中さんはまだ入社したてですから、この会社のことがよく分かりません。

   Anh Tanaka vừa mới vào công ty cho nên không nắm rõ mọi thứ ở công ty này.
② 結婚したての頃、夫はどんな料理でも「おいしい」と言って食べてくれた。

   Dạo vừa mới lấy nhau, món ăn nào tôi nấu chồng tôi cũng khen ngon.
③ しぼりたての牛乳はおいしい。

   Sữa bò mới vắt rất ngon.

2. たとえ「月極」と書いてあっても、ぼくの内なる声は読み違えたりしない。

Cách nói「たとえ〜ても」giả định một trường hợp tối đa nhất, và biểu thị rằng dù sự việc có xảy ra như trường hợp giả định đó đi nữa thì cũng đưa đến kết quả ở vế sau. Cách nói này ngụ ý rằng tất cả những trường hợp khác tương tự như trường hợp giả định cao nhất đó đều có kết quả như nhau, và nó thêm sắc thái nghĩa「どんな場合であっても〜」.
① たとえ今回の実験に失敗しても、またチャレンジするつもりだ。

   Dẫu lần thực nghiệm này thất bại thì tôi vẫn có ý định thử sức lần nữa.
② たとえ大きな地震が起きても、壊れない丈夫な家が欲しい。

   Tôi muốn có một căn nhà vững chãi mà dù có xảy ra động đất lớn cũng không hư hại.
③ たとえ値段が高くても、質が良ければ売れるはずだ。

   Dù giá có đắt nhưng nếu chất lượng tốt sẽ chắc chắn bán được.

Khi kết hợp với tính từ đuôi な/danh từ thì sẽ trở thành「たとえ〜でも」.
④ たとえ貧乏でも、家族が健康で一緒にいられれば幸せだ。

   Dù có nghèo khó đi nữa nhưng nếu cả gia đình đều khoẻ mạnh và có thể ở cùng nhau là hạnh phúc.

3. たとえ「月極」と書いてあっても、ぼくの内なる声は読み違えたりしない。

「〜たりしない」là cách nói biểu đạt việc không làm điều cực đoan, ngụ ý đến những kết hợp ý nghĩa không ngờ tới rằng「普通は〜する」thế nhưng lại「〜しない」.

① あの社長は一度やると決めたら、何があってもやめたりしない。

　　Vị giám đốc đó một khi đã quyết làm thì dù có gì đi nữa cũng sẽ không từ bỏ.

② お母さん、怒らない？

　　…試験の点数なんかで怒ったりしませんよ。

　　Mẹ ơi, mẹ không bực con đấy chứ ạ?

　　Mẹ chẳng bực vì mấy chuyện điểm chác thi cử đâu.

4. のみこむのに苦労した日本語は、佃煮にする**ほど**あった。

```
V thể nguyên dạng
N
いA                  + ほど
なA
```

Cách nói 「〜ほど…」 bằng việc đưa ra ví dụ ở mức độ cao nhất 「〜」, biểu đạt một cách ẩn dụ độ lớn của mức độ 「…」. Chẳng hạn, ở ① bằng việc đưa ra ví dụ ở mức độ cao nhất là 「涙が出る」 để biểu đạt một cách ẩn dụ độ lớn của mức độ là 「このカレーは辛い」.

① このカレーは涙が出るほど辛い。

　　Cà ri này cay đến mức chảy cả nước mắt.

② 昨夜はシャワーを浴びずに寝てしまうほど疲れていた。

　　Tối qua tôi mệt đến mức không tắm mà đi ngủ mất.

③ 今年は暖かかったので捨てるほどミカンがとれた。

　　Vì năm nay thời tiết ấm áp nên chúng tôi đã thu hoạch được nhiều quýt đến mức phải bỏ bớt đi.

Nó kết hợp với cả dạng ない.

④ 入学試験の結果がなかなか届かない。夜眠れないほど心配だ。

　　Kết quả kỳ thi đầu vào mãi mà không đến. Tôi lo lắng đến độ không ngủ được.

Kết hợp với cả tính từ đuôi い/tính từ đuôi な.

⑤ 妻は若い頃、まぶしいほどきれいだった。

　　Bà xã tôi hồi trẻ xinh đẹp đến mức mê hoặc.

⑥ 彼は異常なほどきれい好きだ。

　　Anh ta sạch sẽ đến mức dị thường.

Trong văn nói còn có thể dùng 「くらい」. 「くらい」 có sắc thái hơi bổ bã hơn.

⑦ あの先生に教えてもらうと、不思議な{ほど／くらい}よく分かる。

　　Cứ nhờ thầy ấy chỉ giảng cho thì sẽ hiểu rõ đến không ngờ.

話す・聞く

5. いずみさんの結婚式でスピーチをしたんだって？

「…んだって？」là cách nói kết hợp giữa「…んだ（＝のだ）」với cách nói truyền đạt thông tin nghe được「…って（＝そうだ）」, được sử dụng trong văn nói hội thoại bỗ bã.

① 大学院の試験に合格したんだって？ おめでとう。

Nghe nói anh/chị đã đỗ vào cao học rồi à? Xin chúc mừng.

② 山田さん、会社を辞めるんだって？

…ええ。辞めて何をするんでしょう。

Nghe nói anh Yamada sẽ nghỉ việc ở công ty à?

Vâng. Nghỉ việc rồi thì anh ấy sẽ làm gì nhỉ.

6. 大阪に住んでいながら、まだお好み焼きを食べたことがないんです。

```
V thể ます  －ます
N／なA              ＋ ながら
いA
```

「Xながら Y」là cấu trúc kết hợp hai vế「X」và「Y」trái với dự đoán/kỳ vọng rằng「Xならば普通はYない」, và biểu đạt liên kết ngược nghĩa rằng「dù là X nhưng Y」. Ở vế X sẽ là thể ている của động từ chỉ động tác, động từ chỉ trạng thái, thể ない.

① あの人は、医者でありながら、健康に悪そうなものばかり食べている。

Ông ấy mặc dù là bác sĩ nhưng toàn ăn những thứ có vẻ không tốt cho sức khoẻ.

② 先生は、事件のことを知っていながら、何も言わなかった。

Thầy giáo dù biết về vụ việc nhưng đã không nói gì.

③ 甘いものはいけないと思いながら、目の前にあると食べてしまうんです。

Dù biết ăn đồ ngọt là không được nhưng cứ thấy bày ra trước mắt là lại ăn.

Dùng cách nói「ながらも」để nhấn mạnh những kết hợp thường ít khi có.

④ 彼は日本語がほとんど話せないながらも、身ぶりで言いたいことを伝えようとしていた。

Anh ấy dù hầu như không nói được tiếng Nhật nhưng đã cố gắng để truyền đạt những điều mà mình muốn nói bằng ngôn ngữ cơ thể.

7. つまり、歌って暮らせばいいことがいっぱいある**ってことです**。

$$\text{つまり、} \begin{cases} \text{V} \\ \text{いA} \\ \text{なA} \\ \text{N [−だ]} \end{cases} \begin{matrix} \text{thể thông thường} \\ \\ \text{thể thông thường} \end{matrix} \Bigg\} + \text{という／ってことだ}$$

「つまり」kết hợp cùng cấu trúc cuối câu「…ということだ」để biểu đạt sự tóm lược một cách dễ hiểu lời giải thích.

① この大学の学生は約1万人で、うち留学生は約1,000人である。つまり、1割は留学生ということだ。

Trường đại học này có khoảng 10,000 sinh viên, trong đó lưu học sinh khoảng 1,000 người. Tóm lại, 10 phần trăm sinh viên của trường là lưu học sinh.

② 休暇は1年に12日あります。つまり、1か月に1日は休めるということです。

Một năm có 12 ngày phép. Có nghĩa là một tháng có thể nghỉ 1 ngày.

③ 僕の父と太郎のお父さんは兄弟だ。つまり、僕と太郎はいとこ同士ってことだ。

Bố tôi và bố của Taro là anh em. Tóm lại, tôi và Taro là hai anh em họ.

Để giải thích bổ sung thì cũng có thể dùng từ ngữ khác diễn đạt lại từ hoặc câu.

④ あの人は私の大叔父、つまり祖父の弟だ。

Ông ấy là ông trẻ của tôi, có nghĩa là (ông ấy là) em trai của ông tôi.

⑤ この会社は社長の息子が次の社長になることになっている。つまり、私たち社員は頑張っても社長になれないということだ。

Con trai của giám đốc được quyết định là sẽ trở thành giám đốc tiếp theo của công ty này. Tóm lại, nhân viên chúng tôi dù có cố gắng đi nữa cũng không thể trở thành giám đốc của công ty.

Ở cuối vế câu của「つまり」thì「のだ」, v.v.. cũng được dùng.「のだ」trong trường hợp này được dùng theo lối nói thay thế.

⑥ このサイトは、会員以外のお客様にはご覧いただけないことになっている。つまり、会員限定のサイトなのだ。

Những khách hàng không phải là hội viên không thể xem được trang web này. Tóm lại, nó là trang chỉ dành riêng cho hội viên.

8. 「辛党（からとう）」は「甘党（あまとう）」の反対（はんたい）だと思ってたの**よね**。

V
いA
なA   } 　thể thông thường ／ thể lịch sự　+　**よね**。
N

「…よね」để xác nhận lại về một nhận thức chung mà cả người nói lẫn người nghe đều biết và dùng khi kêu gọi sự hưởng ứng.

① 　冬の寒い朝ってなかなかベッドから出られないよね。…うん。

　　 Buổi sáng lạnh của ngày mùa đông khó mà ra được khỏi giường nhỉ. … Ừ.

② 　パーティーは楽しいけど、帰るときが寂（さび）しいんですよね。…そうですよね。

　　 Tiệc tùng thì vui đấy nhưng khi về thì buồn nhỉ. … Đúng thế nhỉ.

③ 　ポテトチップスって食べ始めると、なかなかやめられないんだよね。…本当（ほんとう）に。

　　 Khoai tây chiên giòn một khi đã ăn thì khó mà dừng được nhỉ. … Đúng thế.

Bài 14

> 読む・書く

1. テレビアニメの魅力を考える**際**、マンガの存在を無視して語ることはできない。

「〜際」có ý nghĩa gần giống với「〜とき」nhưng chủ yếu được dùng trong văn viết.
① 外出の際、必ずフロントに鍵をお預けください。

Khi đi ra ngoài, quý khách nhất định phải gửi lại chìa khoá ở quầy lễ tân.
② ＰＣをお使いの場合は、チェックインの際、必ずお申し出ください。

Trường hợp quý khách có sử dụng máy tính cá nhân thì khi nhận phòng nhất định phải yêu cầu.

2. そのどれもが、『ドラゴンボール』**といった**ヒット作品をめざしている。

Cách nói này biểu thị rằng N_1 là ví dụ cụ thể của N_2 với ý nghĩa「N_1 などのような N_2」. Nó ngụ ý rằng ngoài N_1 còn có các ví dụ khác.
① ５月５日には「ちまき」「かしわもち」といった昔からの菓子を食べる習慣がある。

Vào ngày mồng 5 tháng 5 có phong tục ăn bánh truyền thống từ ngày xưa như Chimaki, Kashiwamochi.
② この大学にはルーマニア、ポーランドといった東ヨーロッパからの留学生が多い。

Ở trường đại học này có nhiều lưu học sinh đến từ Đông Âu như là Rumani, Ba Lan.

3. １秒にも満たない動作の間に主人公の頭に浮かんだ光景が10分間**に（も）わたって**描かれる。

「〜に（も）わたって」biểu đạt rằng người nói cảm giác "phạm vi thời gian quá dài", "phạm vi không gian quá rộng".
① 手術は３時間にわたって行われた。

Cuộc phẫu thuật đã được tiến hành trong 3 giờ đồng hồ liền.
② 砂漠は東西450キロにわたって広がっている。

Sa mạc trải dài đến 450 km theo hướng đông tây.

Động từ ở vị ngữ là các động từ chỉ tình trạng xảy ra đồng loạt ở một phạm vi nào đó, hoặc là các động từ có khả năng chỉ trạng thái, sự tiếp diễn.
③ 東京から大阪にわたる広い地域で地震があった。

Đã xảy ra động đất trên khu vực rộng trải dài từ Tokyo đến tận Osaka.

④ パンフレットには投資の方法について詳細にわたって説明されている。

Ở trong tờ rơi hướng dẫn, phương pháp đầu tư được giới thiệu đến tận chi tiết.

「～から～にわたって」chỉ phạm vi không gian một cách đại khái nên nó có sắc thái khác với cấu trúc chỉ phạm vi rõ ràng như「～から～まで」.

⑤ 駅前から商店街にわたって水道工事中だ。

Khu vực từ trước nhà ga đến tận khu phố mua sắm đang thi công đường ống nước.

4. 年月を経るうちに、今やアニメはなくてはならない娯楽となっている。

V thể nguyên dạng／ている ＋ うちに

「～うちに…」biểu thị tình trạng「…」ở vế sau được đưa đến một cách tự nhiên bởi「繰り返し～すること (sự lặp đi lặp lại)」,「ずっと～すること (sự liên tục)」. Ở「～」là các từ ngữ biểu thị sự lặp đi lặp lại/sự liên tục như「ている」「続ける」, v.v...

① 3年間ずっとアルバイトとして働くうちに、仕事を認められて社員になることができた。

Trong quá trình làm thêm suốt 3 năm tôi đã được nhìn nhận và đã có thể trở thành nhân viên của công ty.

Ở「…」ngoài các từ ngữ biểu thị sự thay đổi/sự xuất hiện của sự việc như「になる」,「てくる」, v.v.. còn có「てしまう」.

② 10年にわたり観察しているうちに、パンダの特徴がよく分かってきた。

Trong quá trình quan sát kéo dài 10 năm, tôi đã hiểu rõ được đặc tính của gấu trúc.

③ この時計は、使っているうちに、自然に動かなくなってしまった。

Chiếc đồng hồ này trong quá trình sử dụng tự nhiên bị đứng mất.

5. 子どもたちにとって生まれたときから存在しているアニメは、今やなくてはならない娯楽となっている。

N ＋ にとって…

「～にとってXはYだ」biểu đạt rằng "nhìn từ lập trường của ～, có thể nói rằng X là Y". Chẳng hạn, ví dụ ① biểu thị rằng đặc trưng「十分な睡眠は欠かせないものだ」là phù hợp với「赤ちゃん」. Ở「～」là người/tổ chức, v.v.. để phán đoán đặc trưng, và câu được dùng ở đây là câu tính từ/câu danh từ biểu thị sự phán đoán/nhận thức/cảm giác.

① 赤ちゃんにとって十分な睡眠は欠かせないものだ。

Đối với trẻ nhỏ thì một giấc ngủ đủ là thứ không thể thiếu.

② ビールが嫌いな私にとって、それはただの苦い飲み物だ。

Đối với một người ghét bia như tôi thì nó chỉ là một thức uống đắng ngắt.

③ 植物にとって光と水は重要なものだ。

Đối với thực vật thì ánh sáng và nước là những thứ quan trọng.

6. 海外で日本のテレビアニメが受けるわけ**とは**何だろうか。

N ＋ とは

「～とは」được dùng để giải thích và định nghĩa, hoặc diễn đạt lại bằng cách khác về tính chất, đặc trưng của sự vật mà người nghe được cho là không biết.

① 「デジカメ」とはデジタルカメラのことです。

'Dejikame' có nghĩa là máy ảnh số.

② 「負けるが勝ち」とは、相手を勝たせるほうが、結局は自分が得をすることがあるということだ。

'Makeru ga kachi' có nghĩa là nhường cho đối phương thắng rồi cuối cùng mình sẽ được lợi.

Trong văn nói thì sẽ trở thành「～って」,「～というのは」.

③ 「デジカメ」{って／というのは} デジタルカメラのことだよ。

'Dejikame' có nghĩa là máy ảnh số nhỉ?

Ngay cả trường hợp đã rõ định nghĩa nhưng khi người nói muốn nhấn mạnh sự diễn giải khác thì「とは」được sử dụng.

④ 彼女にとって家族とはいったい何か。

Đối với cô ấy thì rốt cuộc gia đình là gì?

7. 日本**において**マンガでヒットするということは、ブラジルにおいてプロサッカー選手になるがごとくである。

N ＋ において

「～において…」là hình thức lịch sự của「で」, nó biểu thị thời gian, địa điểm xảy ra sự việc「…」.

① 地域社会において今どのような問題があるかをさまざまな立場から分析した。

Chúng tôi đã phân tích từ nhiều góc độ để xem bây giờ trong cộng đồng khu vực có những vấn đề gì.

② 江戸時代においてもっとも力を持っていたのは誰だろうか。

Ở thời Edo thì ai là người nắm nhiều quyền lực nhất nhỉ?

Trường hợp bổ ngữ cho danh từ thì sẽ trở thành 「における」,「においての」.

③　この本には現代医学の発展におけるアメリカの役割について書いてある。

Trong cuốn sách này có viết về vai trò của Mĩ trong sự phát triển của nền y học hiện đại.

④　商品の価格は市場においての需給を反映する。

Giá cả hàng hoá phản ánh tình hình cung cầu của thị trường.

Ngoài ra, trong văn nói lịch sự thì sẽ trở thành「～におきまして」.

⑤　さきほどの奨学金の説明におきまして一部誤りがありました。おわび申し上げます。

Trong bài thuyết minh về học bổng lúc nãy đã có một phần bị nhầm. Tôi xin lỗi.

8. テレビアニメのおもしろさは保証つきというわけである。

```
V  ⎫
いA ⎬ thể thông thường      ⎫
なA ⎫                        ⎬ ＋ わけだ／わけである
N  ⎬ thể thông thường        ⎪
    ー だ → な                ⎪
N ＋ という                   ⎭
```

「…わけだ」 biểu thị 「…」 là kết quả suy luận từ sự việc đã xuất hiện trong mạch văn/ngữ cảnh ở trước. Chẳng hạn, ví dụ ① biểu đạt rằng từ kết quả suy luận dựa vào dữ liệu「価格は前と同じだが、20 グラム少なくなっている」đã đưa đến kết luận là「実質、値上げをした」.

①　このチーズは、価格は前と同じだが、20 グラム少なくなっている。値上げをしたわけだ。

Loại pho mát này cùng giá với loại trước đây nhưng ít hơn 20 gram. Thực chất là đã có sự tăng giá.

②　江戸時代は 1603 年に始まり、1867 年に終わった。260 年余り続いたわけである。

Thời kì Edo bắt đầu từ năm 1603 và kết thúc vào năm 1867. Như vậy là đã kéo dài hơn 260 năm.

Một cách dùng nữa của cấu trúc này đó là trường hợp biểu đạt rằng người nói đã biết trước kết quả 「…」 và lấy một sự việc làm lí do hay bối cảnh cho kết quả đó. Chẳng hạn, ở ví dụ ③ biểu đạt rằng B vốn đã biết việc 「外国人の観光客が少ない」và lấy điều nghe từ A là 「インフルエンザの流行で各国の人々が渡航を控えているらしい」làm lí do/bối cảnh cho việc đó. Cấu trúc này còn kết hợp với tính từ đuôi い/tính từ đuôi な/danh từ ＋な.

③　A：「インフルエンザの流行で各国の人々が渡航を控えているらしいよ。」

　　B：「外国人の観光客が少ないわけだね。」

　　A："Có vẻ như người dân các nước đang hạn chế đi ra nước ngoài do dịch cúm đang hoành hành đấy".

　　B："Thế nên khách du lịch ít đi nhỉ".

④ 小川さんは毎日のように、ヨガ、ジャズダンス、マッサージ、スポーツジムに通っている。元気なわけだ。

Chị Ogawa hầu như ngày nào cũng đi tập Yoga, nhảy Jazz, mát-xa, gym. Đấy là lí do chị ấy khoẻ mạnh.

Trường hợp kết hợp với danh từ còn có hình thức「N＋というわけだ」.

⑤ 山下さんは65歳で退職してから、散歩とテレビの生活を送っている。毎日が日曜日というわけだ。

Ông Yamashita sau khi về hưu ở tuổi 65 thì sống cuộc sống gắn liền với việc đi dạo và xem ti vi. Mỗi ngày với ông ấy đều là ngày chủ nhật.

9. マンガが作り上げたノウハウがアニメに影響を与え、見ている者を夢中にさせ、続きも見たいという気持ちを起こさせる**のではないだろうか**。

V
いA } thể thông thường
なA } thể thông thường   ＋ のではないだろうか
N   } －だ → な

「…のではないだろうか」là cách nói biểu đạt suy nghĩ của người nói rằng dù nghĩ là「…」nhưng tính xác thực của nó không rõ ràng nên không thể khẳng định chắc chắn.

① 道路を広げる計画には反対意見が多い。実現は難しいのではないだろうか。

Có nhiều ý kiến phản đối kế hoạch mở rộng đường. Chẳng phải là khó thực hiện hay sao?

② 日本経済の回復には少し時間がかかるのではないだろうか。

Để nền kinh tế Nhật Bản phục hồi thì chẳng phải là cần có thêm ít thời gian hay sao?

③ 情報が少なすぎて不安だ。もう少し情報がもらえたら、住民も安心できるのではないだろうか。

Vì có quá ít thông tin nên người dân rất hoang mang. Nếu có thể nhận thêm một ít thông tin nữa, thì chẳng phải người dân sẽ an tâm hay sao?

話す・聞く

10. 『銀河鉄道999』って、どんな話だった**っけ**？

「…っけ」biểu đạt rằng "vì đã quên mất là có … hay không nên xác nhận lại với người nghe để xem có đúng với trí nhớ của mình không". Trường hợp "sự thật trong quá khứ" hay "điều chắc chắn biết" không rõ ràng thì cách nói này là để xác nhận lại điều đó. Đây là cách nói chuyên dùng trong văn nói.

① 今日は何曜日だったっけ？

　　Hôm nay là thứ mấy ấy nhỉ?

② 荷物はいつ届くんだったっけ？

　　Hành lý lúc nào sẽ đến ấy nhỉ?

③ あれ？田中さん、メガネかけてたっけ？

　　Ơ, anh Tanaka có đeo kính không ấy nhỉ?

11. クレアは鉄郎の温かい手に触れて、「血の通った体になりたい」って悲し**げ**に言うんだ。

「〜げ」biểu thị nét nghĩa "mang không khí như 〜", "có thể cảm nhận được chút vẻ dáng vẻ 〜". Dù không thể nói hoàn toàn là「〜」nhưng biểu thị điều gần với trạng thái mà「〜」biểu đạt.

① 主人が出かけるとき、うちの犬の表情はいつも悲しげだ。

　　Khi chồng tôi đi vắng thì vẻ mặt của con chó nhà tôi lúc nào cũng có vẻ buồn.

② 母親は、息子が甲子園野球大会に出ることになったと得意げに話していた。

　　Bà mẹ đã kể một cách đắc ý rằng con trai bà đã được chọn tham dự giải đấu bóng chày Koshien.

③ 地震の影響で工場を閉じることになったと説明する社長は悔しげだった。

　　Vị giám đốc người mà thông báo về việc nhà máy phải đóng cửa do ảnh hưởng của động đất đã có vẻ rất tiếc nuối.

Bài 15

読む・書く

1. > アリをよく観察すると、働いているアリを横目にただ動き回っているだけのアリたちがいる**という**。

   「Xという」biểu thị thông tin nghe được (truyền đạt lại nội dung X mà người khác nói). Nó được dùng trong văn viết.
   ① 日本で最も古い大学が京都にあるという。
   Nghe nói trường đại học lâu đời nhất ở Nhật Bản nằm ở Kyoto.
   ② LED電球は省エネ性能や寿命の長さで優れている。普通の電球の8分の1から5分の1の電気代で済み、寿命は40倍あるという。
   Bóng đèn LED ưu việt bởi tính năng tiết kiệm năng lượng và tuổi thọ lâu. Nghe nói tiền điện khi sử dụng nó sẽ chỉ bằng 1/8 đến 1/5 của bóng đèn thông thường và tuổi thọ gấp 40 lần.

2. > スタープレイヤーを集めたチームがまったく優勝にからめなかったりする**たびに**、この法則はかなり当たっているのではないかという気がしてくる。

   「～たびに」có nghĩa là「～と、いつもそのときには」.
   ① 隣のうちのお嬢さんは会うたびにきれいになっている。
   Cô con gái của nhà bên cứ mỗi lần gặp là thấy đẹp lên.
   ② 欧米では転職するたびに給料が上がるというが、日本では必ずしもそうではない。
   Ở các nước Âu Mỹ cứ mỗi lần chuyển việc là lương tăng lên, còn ở Nhật Bản thì không hẳn như thế.
   Khi kết hợp với danh từ thì trở thành「～のたびに」.
   ③ 大切な連絡を待っていたので、休み時間のたびにメールをチェックした。
   Vì đang lúc chờ một liên lạc quan trọng nên mỗi khi vào giờ nghỉ tôi đã kiểm tra email.

3. > 働きアリ**に関する**有名な研究がある。

   N ＋ に関する／関して／関しての

   「～に関して」biểu thị nội dung của「～」.
   ① 今回の講演会に関してご意見のある方はこの紙に書いて出口の箱にお入れください。
   Những ai có ý kiến đánh giá về buổi thuyết giảng lần này thì xin mời hãy viết vào tờ giấy này và để vào trong hộp ở cửa ra.

② このレポートでは、日本経済の現状に関して説明する。

Trong bản báo cáo này, tôi sẽ nói về tình trạng hiện nay của nền kinh tế Nhật Bản.

「～に関して」có nghĩa gần giống với 「～について」nhưng mang tính văn viết hơn 「～について」.

③ ねえ、田中さん。弟がコンピューターが安い店{○について／×に関して}聞きたいって言ってるんだけど、教えてあげてくれない？（văn nói）

Này, anh Tanaka. Em trai tôi nói là muốn hỏi anh về cửa hàng máy tính giá rẻ, anh có thể chỉ giúp cho nó được không?

Trường hợp làm bổ ngữ cho danh từ thì trở thành 「～に関する」,「～に関しての」.

④ 東京で環境問題に関する会議が開かれた。

Hội nghị về vấn đề môi trường đã được tổ chức ở Tokyo.

4. 彼らは、一見忙しそうに動いているのだが、えさを担いでいる**わけではない**らしい。

```
V     ⎫
いA    ⎬ thể thông thường   ⎫
なA   ⎫ thể thông thường    ⎬ + わけではない
N    ⎬    ーだ → な          ⎭
N  + という
```

「…わけではない」dùng để phủ định nhận định 「…」 mà từ mạch văn hay từ tình huống đó thường được xem là như thế hoặc dễ suy ra như thế.

① この店は人気があるが、必ずしも毎日大勢の客が入るわけではない。

Cửa hàng này được chuộng nhưng không có nghĩa là hàng ngày đều đông khách.

② 宿題はたくさんあるが、今日中に全部しなければならないわけではない。

Có nhiều bài tập về nhà nhưng không có nghĩa là phải làm hết trong hôm nay.

③ 彼はベジタリアンだが、卵まで食べないわけではないらしい。

Anh ấy là người ăn chay nhưng có vẻ như không hẳn đến mức là không ăn cả trứng.

④ この店の商品はどれも安いが、品質が悪いわけではないだろう。安くても良い品もある。

Thứ hàng hoá gì ở cửa hàng này cũng đều rẻ nhưng không có nghĩa là chất lượng kém. Cũng có những thứ rẻ nhưng tốt.

Thường hay đi kèm với các phó từ có ý nghĩa toàn thể/hoàn toàn như 「みんな」「いつも」「必ずしも」「全く」, v.v...

⑤ 日本人がみんな親切なわけではありません。

Người Nhật không phải tất cả đều thân thiện.

⑥　姉は会社員だけど、土日がいつも休みなわけじゃないみたいだよ。

Chị gái tôi là nhân viên công ty nhưng hình như không phải lúc nào cũng được nghỉ ngày thứ bảy, chủ nhật đâu.

⑦　この病気に関する研究は少ないが、全くないわけではない。

Các nghiên cứu về căn bệnh này còn ít nhưng không có nghĩa là hoàn toàn không có.

「…わけではない」còn có thể dùng để biểu đạt việc không thể khẳng định hẳn là「…」hay là「…ではない」.

⑧　行きたくないわけじゃないが、行きたいわけでもない。

Không hẳn là không muốn đi nhưng cũng không hẳn là muốn đi.

5. 組織には偉大なる脇役たちがいないと、組織は徐々に疲弊していく**のではないか**。

V
いA 　｝ thể thông thường
なA 　｝ thể thông thường　　＋　のではないか
N　　　　ーだ → な

「…のではないか」biểu đạt rằng「…」được nhận định là có lẽ đúng, thế nhưng độ xác thực của「…」thì không chắc chắn.

①　鈴木氏は今度の選挙に出るのではないか。

Ông Suzuki có lẽ sẽ tranh cử lần này.

Cách nói này đi kèm「と思う」,「と思われる」,「とのことだ」, v.v. và là cách nói để bày tỏ suy nghĩ của người nói một cách khiêm tốn.

②　新聞によると、今度の選挙に鈴木氏が出るのではないかとのことだ。

Theo báo chí đưa tin thì có lẽ ông Suzuki sẽ ra tranh cử lần này.

③　留学している息子から何の連絡もない。何かあったのではないか。

Chẳng có liên lạc gì từ đứa con trai đang đi du học nên tôi lo lắng không biết có gì xảy ra với nó không.

④　さまざまな意見が出て会議が混乱しているので、調整が必要なのではないかと思う。

Vì có nhiều ý kiến đưa ra làm cuộc họp trở nên hỗn loạn. Nên tôi nghĩ rằng có lẽ cần phải có sự điều chỉnh.

6. 組織には偉大なる脇役たちがいないと、組織は徐々に疲弊していくのではないか、というのが私の観察**なのである**。

V			
いA	} thể thông thường		
なA	} thể thông thường	+	のだ
N	ーだ → な		

「…のだ」là cách nói dùng để nói lại nội dung của câu trước theo một cách diễn đạt khác.

① 彼はまだお酒が飲めない年齢だ。未成年なのだ。

　　Cậu ấy vẫn chưa đến tuổi được uống rượu. Tức là cậu ấy còn vị thành niên.

② 父は私が3歳のときに亡くなりました。母が一人で私を育ててくれたのです。

　　Bố tôi mất năm tôi 3 tuổi. Có nghĩa là mẹ đã nuôi tôi một mình.

Trong văn nói thì trở thành「んです」.

③ 来週は田中さんが当番だったんですけど、私が来ます。代わりにさ来週は田中さんが来ます。

　　…分かりました。山本さんと田中さんが交代するんですね。

　　Tuần sau là phiên của anh Tanaka nhưng tôi sẽ đến. Đổi lại, tuần sau nữa anh Tanaka sẽ đến.

　　Tôi hiểu rồi. Anh Yamamoto và anh Tanaka sẽ đổi phiên cho nhau, phải không?

「のだ」đi cùng「つまり」,「私が言いたいのは」,「一言でいえば」,「言い換えれば」, v.v.. thành cặp để nói lại theo cách khác nội dung đã trình bày ở trước.

④ 15人の受験生のうち13人が不合格だった。つまり、2人しか合格しなかったのである。

　　13 trong tổng số 15 thí sinh dự thi không đỗ. Tức là chỉ có 2 người đỗ.

⑤ 鈴木さんはピアニストで、奥さんは歌手だ。2人の子どももそれぞれ楽器を習っている。一言でいえば、鈴木家は音楽一家なのだ。

　　Ông Suzuki là nghệ sĩ dương cầm, vợ ông ấy là ca sĩ. Hai người con cũng đều học nhạc cụ. Nói tóm lại, gia đình Suzuki là gia đình âm nhạc.

⑥ この商品は国内では販売されていない。言い換えれば、海外でしか買えないのです。

　　Sản phẩm này không được bán ở trong nước. Nói cách khác, chỉ có thể mua được nó ở nước ngoài.

> 話す・聞く

7. 老舗といえる**ほどのものじゃありません**。

「…ほどの{もの/こと}じゃない」biểu thị rằng đối tượng (sự việc) nói tới không đạt đến mức độ như「…」. Trong văn nói còn có hình thức nói「…ほどのもんじゃない」.

① 確かに優勝はしましたが、国民栄誉賞をいただくほどのもの（こと）じゃありません。

Thì hẳn là tôi đã giành chiến thắng nhưng nó không đến mức nhận giải thưởng danh dự nhân dân.

② 狭い庭なんですよ。庭といえるほどのものじゃありません。

Anh biết đấy, nó là khoảnh sân hẹp thôi. Cũng chẳng đủ lớn để có thể gọi là sân.

Trường hợp kết hợp với danh từ và gốc từ của tính từ đuôi な thì phải thêm 「～という」, 「～って」.

③ 朝食は食べましたか。

…朝食というほどのものじゃないですけど、バナナを食べました。

Chị đã ăn sáng chưa?

Chẳng đến mức để được gọi là bữa sáng nhưng tôi đã ăn một quả chuối rồi.

④ うちの犬の写真を見てください。ハンサムってほどのもんじゃありませんが、なかなかいい顔をしてるでしょう？

Anh hãy xem tấm ảnh của con chó nhà tôi. Chẳng đến mức để có thể nói là bảnh trai nhưng nó có khuôn mặt khá đẹp đúng không?

8. 伝統的なもの**だけじゃなく**、モダンなデザインの製品も製造しています。

「XだけでなくY」 biểu thị việc thêm Y vào X/ngoài X có thêm Y.

① この店はパンを売るだけじゃなく、パンの作り方教室も開いている。

Cửa hàng này không chỉ bán bánh mì mà còn mở lớp dạy cách làm bánh mì.

Ở phía đưa thêm vào (Y) sẽ thêm 「も」, 「まで」, v.v...

② ボランティア活動は相手のためだけでなく、自分のためにもなることが分かった。

Tôi đã hiểu ra rằng hoạt động tình nguyện không chỉ là vì người khác mà nó còn là vì chính mình.

③ 社内で結核の患者が出たので、本人だけでなく、周りの人まで検査を受けなければならない。

Vì trong công ty đã có người nhiễm lao nên không chỉ bản thân người đó mà cả những người xung quanh đều phải xét nghiệm.

9. 太鼓**といえば**、佐渡の「鬼太鼓」が有名ですよね。

N ＋ といえば

「N₁といえばN₂」 biểu thị việc người nói liên hệ 「N₁」 ở vế câu trước với 「N₂」 ở vế sau. Có trường hợp liên hệ với những ví dụ điển hình như ở ①, cũng có trường hợp liên hệ với những ví dụ mà người nghe ít nghĩ tới như ở ②.

① スイスといえば、時計やチョコレートなどが有名ですね。

Nói đến Thụy Sĩ thì đồng hồ và sô cô la, v.v.. là những thứ nổi tiếng nhỉ.

② 日本では牛肉・豚肉・鳥肉が一般的だが、モンゴルでは肉といえば羊の肉だそうだ。

Ở Nhật Bản thì thịt bò, thịt lợn, thịt gà là những loại thịt phổ biến, còn ở Mông Cổ nói đến thịt thì nghe nói thịt cừu là loại thịt phổ biến.

「～といえば」cũng có lúc trở thành「～というと」,「～といったら」.

③ 教育というと、学校の仕事だと思うかもしれないが、そうではない。

Khi nói đến giáo dục thì có thể anh cho đấy là công việc của nhà trường, nhưng không phải vậy.

④ 日本といったら、若い人はアニメ、中年以上の人は車と言うだろう。

Nói đến Nhật Bản thì có lẽ nhiều người sẽ nói rằng người trẻ tuổi mê phim hoạt hình, người ở tuổi trung niên trở lên mê ô tô.

Vì ở N_2 là thông tin mà người nghe không biết nên cách nói này được dùng với sắc thái nghĩa「注意して聞くように」.

⑤ 来週ソウルに出張するんですよ。

…ソウルといえば、3年ほど前に帰国したパクさん、結婚するらしいですよ。

Tuần sau tôi sẽ đi công tác đến Seoul đấy.

Nói đến Seoul thì nghe nói hình như có anh Park người về nước 3 năm trước sẽ kết hôn đấy.

Kể cả đó là thông tin mà người nghe đã biết thì khi người nói muốn người nghe chú ý lại về điều đó thì cách nói này cũng được sử dụng.

⑥ ストレス解消といえば、やっぱり運動ですよね。

Nói đến việc giảm căng thẳng thì rõ ràng là chỉ có cách tập thể dục đấy nhỉ.

Bài 16

読む・書く

1. 会員のうち3人は既に請求に応じて支払いを済ませている。

   (1) Đáp ứng「～」(yêu cầu/đòi hỏi/mong muốn).
   ① 学生たちは大学に授業料についての要求をしました。1年間話し合った後、大学は要求に応じました。

   Sinh viên đã có những yêu cầu về vấn đề học phí với trường đại học. Sau một năm trao đổi, trường đại học đã đáp ứng những yêu cầu đó.

   ② その会社は消費者の要望に応じて、商品の品質検査を強化した。

   Công ty đó đã tăng cường kiểm tra chất lượng sản phẩm nhằm đáp ứng mong muốn của người tiêu dùng.

   ③ その企業は取引先の注文に応じて、製品の開発を進めてきた。

   Doanh nghiệp đó đã xúc tiến phát triển các sản phẩm mới đáp ứng đơn hàng của đối tác.

   (2) Ở hình thức「～に応じて…」thì khi ở vế「～」là các từ ngữ chỉ sự biến đổi hoặc chỉ sự đa dạng thì sẽ có ý nghĩa là "ứng với sự thay đổi, sự đa dạng của ～ làm …".
   ④ 時代の変化に応じて若者の文化や考え方も変わる。

   Ứng với sự biến đổi của thời đại, văn hoá sống và cách nghĩ của giới trẻ cũng thay đổi theo.

   ⑤ この店では客の1年間の買い物額に応じて景品を出している。

   Ở cửa hàng này phát hàng khuyến mãi ứng với tổng số tiền mà khách hàng mua sắm trong một năm.

2. 外部からの情報引き出しによってか、データ流失が起きたものとみられる。

   「～によって」của trường hợp này biểu thị nguyên nhân. Khi bổ nghĩa cho danh từ thì trở thành「～によるN」.
   ① 急激な円高によって経営が苦しくなり、倒産する企業もある。

   Cũng có những doanh nghiệp phá sản bởi tình hình kinh doanh khó khăn do đồng yên tăng giá mạnh.

   ② ATMのトラブルによる被害は、この銀行の利用者にとどまらない。

   Những thiệt hại do các vấn đề của máy rút tiền tự động ATM gây ra không chỉ dừng lại ở khách hàng của ngân hàng này.

3. 外部からの情報引き出しによってか、データ流失が起きたもの**とみられる**。

「～とみる」biểu thị ý nghĩa「(từ căn cứ khách quan) ～と考える」.

① 電力会社は12日の最大電力需要を2,460KWとみており、停電の恐れはないとしている。

　　Công ty điện lực nhận định nhu cầu tiêu thụ điện tối đa trong ngày 12 là 2,460KW và cho rằng sẽ không lo vấn đề mất điện.

② 自動車業界は東南アジアでの自動車の需要はまだまだ伸びるとみている。

　　Ngành công nghiệp ô tô nhận định rằng nhu cầu tiêu thụ ô tô ở các nước Đông Nam Á vẫn còn rất lớn.

Trong các bản tin trên báo đài, v.v.. thì hình thức「～とみられる」hay được sử dụng. Cách nói này cũng tương tự như cách nói「～と考えられる／思われる」là bày tỏ suy nghĩ của người nói. Trong khi đó, hình thức「～とみられている」lại biểu thị suy nghĩ của mọi người nói chung, của nhiều người, chứ không phải là suy nghĩ của người nói.

③ 期待の新人はメジャーリーグに挑戦するとみられている。

　　Thành viên mới đang được kỳ vọng của đội được cho rằng sẽ ra sức cho giải bóng chày nhà nghề Mỹ.

4. MNK社は、データ流失は外部からの情報引き出しによって起きたもの**としている**。

Dùng cấu trúc「～は…としている」để biểu đạt nội dung「…」mà「～」công bố ra bên ngoài.

① 政府は景気が回復するまでは消費税を上げないとしている。

　　Chính phủ nói rằng sẽ không tăng thuế tiêu thụ cho đến khi nền kinh tế hồi phục.

② 学校側は少子化に備えてカリキュラムを見直すとしている。

　　Phía trường học nói rằng sẽ xem xét lại chương trình đào tạo để thích ứng với tình trạng tỷ lệ sinh giảm.

5. 情報管理を厳しくしていた**にもかかわらず**、今回の事態が起きたことは遺憾である。

thể thông thường
```
なA  －だ → －である  }  + にもかかわらず
N   －だ → －／－である
```

「XにもかかわらずY」biểu thị rằng Y khác với kết quả được dự đoán từ X. Y có thể là kết quả tốt cũng có thể là kết quả không tốt, nhưng trong hầu hết mọi trường hợp nó diễn tả sự ngạc nhiên hay bất mãn của người nói. Đây là cách nói hơi cứng nhưng không hẳn chỉ dùng trong văn viết mà nó còn được dùng cả trong văn nói.

① 本日は年末のお忙しい時期にもかかわらず、こんなに多くの方にお集まりいただきありがとうございます。

Xin cảm ơn quý vị hôm nay đã đến tham dự với chúng tôi rất đông dù đây là thời điểm cuối năm bận rộn.

② 地震のあとに津波が来ることが予測されていたにもかかわらず、すぐに避難しなかったことが被害を大きくした。

Bất luận việc sóng thần sẽ kéo theo sau động đất đã được dự báo, nhưng việc không di tản ngay đã làm cho thiệt hại lớn hơn.

③ この学校には十分な予算があるにもかかわらず、設備の改善にはあまり使われていない。

Mặc dù trường học này có nhiều tiền nhưng tiền đó không được dùng mấy vào việc cải thiện trang thiết bị.

6.

MNK社は被害を受けた会員におわびの書面を送る**とともに**、会員カードの更新などの対策を早急に講ずるとしている。

V thể nguyên dạng
N
} + とともに

Dùng cấu trúc 「XとともにY」để biểu đạt rằng sự việc Y xảy ra đồng thời với sự việc X.

① 警察は、犯人を追うとともに、近所の住民に注意を呼びかけている。

Cùng với việc truy đuổi tên tội phạm, cảnh sát đang kêu gọi sự chú ý cảnh giác đến người dân trong khu phố.

② 彼は大学で研究生活を続けるとともに、小説を書くことをあきらめていない。

Cùng với việc tiếp tục công tác nghiên cứu ở trường đại học, anh ấy theo đuổi việc viết tiểu thuyết.

③ 社名を変更するとともに、新たなホームページを立ち上げた。

Cùng với việc đổi tên công ty, chúng tôi đã lập ra một trang web mới.

Ngoài thể nguyên dạng của động từ thì cách nói này còn được sử dụng với danh từ biểu thị sự việc.

④ 社名の変更とともに制服も新しいデザインになった。

Cùng với sự đổi tên của công ty, đồng phục cũng được thiết kế mới.

7.

不審に思って振込口座名を調べた**ところ**、既に口座は閉じられていた。

V thể た ＋ ところ

Dùng cấu trúc 「XたところY」để biểu thị quan hệ ý nghĩa rằng "sau khi thực hiện hành động X thì nhận ra tình trạng Y". Cả X và Y đều được sử dụng ở thể quá khứ. Cấu trúc này không được dùng cho sự việc ở tương lai, và nó là cách nói cứng, chủ yếu được dùng trong văn viết.

① 教授に大学新聞への原稿をお願いしたところ、すぐに引き受けてくださった。

Khi tôi nhờ giáo sư viết bài cho tờ báo trường thì thầy đã nhận lời ngay.

② 財布を落としたので、警察に行ったところ、ちょうど拾った人が届けに来ていた。

Khi tôi đến cảnh sát do đánh rơi ví, thì vừa đúng lúc người nhặt được đem đến báo.

③ 身分証明書が必要かどうか確かめたところ、不要だということだった。

Khi tôi xác nhận xem có cần giấy chứng minh nhân dân hay không thì được nói là không cần.

話す・聞く

8. あんまり落ち込んでいるから、人身事故でも起こしたのかと思った。

Cấu trúc「あんまり／あまりXからY」biểu thị quan hệ ý nghĩa rằng "vì nguyên nhân là mức độ của X quá cao nên Y đã xảy ra".

① 電気料金があんまり高いもんだから、調べてもらったら、やっぱり電力会社の間違いだった。

Vì tiền điện quá cao nên khi tôi yêu cầu kiểm tra lại thì quả là công ty điện lực đã nhầm lẫn.

② 電話をかけてきた相手の言葉遣いがあんまり失礼だったから、思わず切ってしまった。

Vì cách dùng từ ngữ của người gọi điện đến quá vô lễ nên tôi đã cắt máy mà không cần đắn đo.

9. 危うく事故を起こすところだった。

V thể nguyên dạng
V thể ない －ない } + ところだった

Cấu trúc「…ところだった」biểu thị điều không thực (thực tế thì「…」đã không xảy ra). Ở 「…」thường là những điều không mong muốn. Hình thức「Xたら／ば、Yところだった」biểu thị quan hệ ý nghĩa rằng "nếu X đã xảy ra thì Y cũng đã xảy ra (thực tế thì vì X đã không xảy ra nên Y không xảy ra)". Cách nói này cũng được sử dụng cùng với các từ ngữ như「危うく」,「もう少しで」.

① たばこの火がカーテンに燃え移っていた。気づくのが遅れたら、火事になるところだった。

Lửa từ thuốc lá đã cháy lan sang rèm cửa. Nếu tôi chậm phát hiện thì hẳn đã cháy nhà rồi.

② 明日は漢字のテストだよ。

　…あっ、そうだったね。忘れるところだった。ありがとう。

Ngày mai là kiểm tra chữ Hán đấy.

Ôi, đúng rồi nhỉ. Tôi đã quên khuấy mất. Cảm ơn bạn.

③ こんなところに薬を置いたのは誰？　もう少しで赤ちゃんが口に入れるところだったよ。

Ai là người để thuốc ở chỗ như thế này thế? Suýt chút nữa thôi thì em bé đã cho vào miệng rồi đấy.

10. お金のないときに限って、お金が必要になるんだよなあ。

N ＋ に限って

「Xに限ってY」biểu thị ý nghĩa rằng "đã trong tình cảnh X rồi mà lại còn Y". Ví dụ ①, ② là các trường hợp biểu đạt với tâm lý bất mãn rằng kết quả Y trái với kỳ vọng từ X.

① デートの約束をしている日に限って、残業を頼まれる。

Cứ đúng vào những ngày tôi có lịch hẹn đi chơi với bạn gái thì lại bị yêu cầu làm thêm giờ.

② 子どもって親が忙しいときに限って熱を出したりするんですよね。

Bọn trẻ cứ nhằm đúng những lúc bố mẹ bận rộn mà sốt hoặc bị này bị nọ ấy nhỉ.

Mặt khác, như ở ví dụ ③ với hình thức câu「Xに限ってYない」lại biểu đạt nhận định rằng với sự kỳ vọng, tin tưởng đối với X thì kết quả xấu Y sẽ không xảy ra.

③ うちの子に限ってそんなことをするはずがない。

Bọn trẻ nhà tôi chắc chắn không đời nào làm những việc như thế.

Bài 17

読む・書く

1. 古代ローマで使われていた暦は1年が304日、10か月**からなって**いる。

Cấu trúc「XはYからなる／なっている」biểu thị ý nghĩa Y là bộ phận cấu thành X.
① 日本は47の都道府県からなっている。

Nhật Bản được chia thành 47 tỉnh thành, bao gồm Tokyo, Hokkaido, Osaka, Kyoto và 43 tỉnh khác.
② 10人の科学者からなる研究グループによって、調査が行われた。

Cuộc điều tra đã được tiến hành bởi nhóm nghiên cứu gồm 10 nhà khoa học.

2. 太陽暦に切り替えられた大きな理由**としては**、次のようなことが挙げられる。

「～としては」là cách nói để diễn đạt những nội dung tương ứng với「～」ở vế sau.
① 北海道のお土産としては、クッキーやチョコレートなどが有名である。

Quà lưu niệm nổi tiếng từ Hokkaido gồm có bánh bích quy và sô cô la, v.v...
② マンガのテーマとしては、「恋愛」や「冒険」などが好まれる。

Những thứ như "tình ái" hay "mạo hiểm", v.v.. được ưa thích dùng cho chủ đề của truyện tranh.

3. 諸外国との外交**上**、同じ暦を使用するほうが便利だった。

「～上」đi với danh từ và biểu đạt ý nghĩa là「～の点から」,「～の点で」.
① 家の中でテレビを長時間つけているのは教育上よくない。

Việc mở ti vi trong thời gian dài ở nhà, xét theo quan điểm giáo dục trẻ con là không tốt.
② 会社の経営上、今より社員を増やすことは難しい。

Từ tình hình kinh doanh của công ty, việc tuyển thêm nhân viên ở thời điểm hiện tại là rất khó.
③ 雨の日に傘をさして自転車に乗るのは交通安全上、非常に危険である。

Việc vừa che ô vừa đi xe đạp trong những ngày mưa xét từ phương diện an toàn giao thông là rất nguy hiểm.
④ 1960年代の初めは日本製のアニメは番組編成上の穴埋めとして放送されていた。

Đầu những năm 1960, phim hoạt hình do Nhật Bản sản xuất đã được phát sóng như là để lấp chỗ trống trong biên tập chương trình.

4. 改暦を行うこと**により**、12月の給料を1か月分払わずに済ませた。

「〜により／によって」của trường hợp này biểu thị phương tiện/phương pháp.
① この会社は、工場を海外に移したことにより、コストを下げるのに成功した。

Nhờ vào việc đưa nhà máy sản xuất ra nước ngoài, công ty này đã thành công trong việc cắt giảm chi phí.

② 宅配便によって、全国どこへでも遅くとも2日以内には荷物が届くようになった。

Nhờ vào dịch vụ chuyển phát tận nhà mà chậm nhất cũng chỉ trong 2 ngày hàng hoá sẽ được chuyển đến bất cứ nơi nào trên cả nước.

5. 「九月」は夜が長く月が美しい**ことから**「長月」と名づけられていた。

```
V
いA    } thể thông thường
なA    thể thông thường        + ことから
       −だ → −な／−である
N      −だ → −である
```

「〜ことから」biểu đạt rằng nội dung ở 「〜」là lí do, nguyên nhân. Nội dung ở vế sau có trường hợp là sự thật như ví dụ ①, ②, và cũng có trường hợp là phán đoán của người nói như ví dụ ③. Đây là cách nói mang sắc thái cứng chủ yếu được sử dụng trong văn viết.

① 夫にスーパーの袋を捨てないように注意したことから、けんかになった。

Vì tôi nhắc nhở chồng tôi đừng bỏ đi túi ny lông từ siêu thị mà chúng tôi đã cãi nhau.

② この駅では、発車ベルがうるさいという苦情が出たことから、ベルの代わりに音楽を使うようになった。

Ở nhà ga này, vì đã có những than phiền rằng chuông báo tàu xuất phát quá ồn nên người ta đã sử dụng âm nhạc thay cho tiếng chuông.

③ 発掘調査で指輪やネックレスが発見されたことから、この墓は身分の高い人のものだと考えられる。

Vì nhẫn và vòng cổ đã được tìm thấy qua cuộc điều tra khai quật nên ngôi mộ này được cho là của người có thân phận xã hội cao.

6. 予算不足にもかかわらず、新制度の導入でたくさんの役人を補充**せざるを得な**かった。

V thể ない + ざるを得ない
(＊「する」→「せざるを得ない」)

「〜ざるを得ない」biểu đạt ý nghĩa rằng "dù không muốn làm 「〜」, nhưng vì các lí do như do hoàn cảnh, do tình thế, v.v.. nên không thể tránh làm 「〜」". Với hình thức 「〜ざるを得なかった」như được sử dụng ở ví dụ ② thì nó có ý nghĩa là "vì không thể tránh được nên thực tế đã làm 「〜」".

① 熱が39度もある。今日は大事な会議があるが、休まざるを得ない。

Tôi bị sốt cao đến 39 độ. Hôm nay tôi có một cuộc họp quan trọng nhưng tôi buộc phải nghỉ ở nhà.

② 頂上まであと少しのところで吹雪に遭い、引き返さざるを得なかった。

Khi chỉ còn một chút nữa là đến đỉnh núi thì chúng tôi đã gặp bão tuyết và buộc phải quay trở xuống.

③ 参加者が予想よりはるかに少なかった。残念だが、今日のイベントは失敗だと言わざるを得ない。

Số người tham dự ít hơn rất nhiều so với dự đoán. Thật đáng tiếc, nhưng tôi buộc phải nói rằng sự kiện hôm nay đã thất bại.

Tuy đây là cách nói mang sắc thái hơi cứng nhưng nó không chỉ được sử dụng trong văn viết mà cả trong văn nói.

話す・聞く

7. 優太が幼稚園に行くようになって**はじめて**節分のことを知りました。

Cấu trúc 「Xてはじめて Y」biểu đạt ý nghĩa rằng "sau X thì (cuối cùng) Y xảy ra". Cấu trúc này được sử dụng khi muốn nói với ý "để Y xảy ra thì X là cần thiết".

① 子どもを持ってはじめて親のありがたさが分かった。

Sau khi có con rồi tôi mới thấu hiểu công ơn của cha mẹ.

② 就職してはじめてお金を稼ぐことの大変さを知りました。

Sau khi đi làm thì tôi mới biết được sự vất vả của việc kiếm tiền.

8. 優太：お父さんは優しいよ。お母さんのほうが怖い。
母　：優太**ったら**。

「Xったら Y」giống với 「Xは Y」nhưng nó được dùng trong việc biểu đạt 「Y」cùng với tâm trạng ngạc nhiên hay phê bình đối với X.

① お母さんったら、どうして子どもの名前を間違えて呼ぶのよ。たった3人なのに。

Mẹ ơi, tại sao mẹ cứ gọi nhầm tên bọn con thế chứ. Nhà mình chỉ có 3 đứa thôi mà.

② うちで飼ってるチロったら、私のことを母親だと思ってるんですよ。

Con Chiro mà chúng tôi nuôi, nó cứ nghĩ tôi là mẹ của nó đấy.

9. 優太君は6歳にしては大きいね。

(1) N ＋ にしては
(2) 体 thông thường
　　なA　ーだ　→　ーである　｝　＋　にしては
　　N　　ーだ　→　ー／ーである

「XにしてはY」biểu thị ý nghĩa "là Y, khác với mức độ dự đoán từ tiền đề X". Nội dung ở Y có thể là điều tốt có thể là điều không tốt.

① 彼女のピアノの腕は素人にしては相当のものだ。

　Kỹ năng chơi đàn piano của cô ấy là không tồi nếu là với dân a-ma-tơ.

② このレポートは一晩で書いたにしてはよくできている。

　Bài báo cáo này được thực hiện rất tốt nếu xét rằng nó đã được viết trong một đêm.

③ スペイン語は半年ほど独学しただけです。

　…そうですか。それにしてはお上手ですね。

　Tôi chỉ tự học tiếng Tây Ban Nha trong khoảng nửa năm.

　Thế à. Nếu là thế thì anh quá giỏi nhỉ.

Vì X dẫu sao cũng chỉ là tiền đề nên cách nói này có thể sử dụng cả khi không rõ thực tế có đúng như vậy hay là không.

④ お父さん、残業にしては遅すぎるよ。飲みに行っているのかもしれないね。

　Bố kể cả có làm thêm giờ thì cũng quá trễ rồi. Có thể bố đang đi uống rượu ấy nhỉ.

10. 日本に住んでるからには、日本の四季折々の行事を知らないといけないと思う。

V　体 thông thường
N　体 thông thường　｝　＋　からには
　　ーだ　→　ーである

「XからにはY」biểu thị ý nghĩa rằng "vì X nên đương nhiên Y". Ở Y thường là các từ ngữ biểu đạt ý nghĩa mệnh lệnh, nghĩa vụ, ý chí, mong muốn, v.v...

① 大学院に入ったからには、どんなに大変でも学位を取って国へ帰りたい。

　Một khi đã vào cao học thì dù có vất vả thế nào đi nữa tôi cũng muốn lấy học vị rồi về nước.

② 私は負けず嫌いだ。ゲームでも何でも、やるからには勝たなければならないと思う。

　Tôi là người hiếu thắng. Dù là game hay thứ gì, một khi đã chơi thì tôi nghĩ mình phải chiến thắng.

③ 日本での就職を目指すからには、敬語はしっかり勉強しておいたほうがいい。

　Một khi bạn muốn xin việc ở Nhật Bản thì bạn nên học tốt kính ngữ.

Cách nói này không được sử dụng trong câu biểu thị sự thật đã xảy ra từ trước.

11. さあ、サッカーの練習に行くん**でしょ**。

thể thông thường
なA ／ **N** ／ －だ ＋ でしょ。

「Xだろう」được dùng với ngữ điệu đi lên là cách nói để xác nhận nội dung X với đối phương. Trường hợp đối phương không nhận thức về X thì đây là cách nói yêu cầu đối phương nhận thức về nó với ý phê bình, la mắng. Ngoài hình thức lịch sự là 「でしょう」 thì trong hội thoại sẽ trở thành 「でしょ」,「でしょっ」,「だろ」,「だろっ」, v.v...

① 10時だ。子どもはもう寝る時間だろう。歯をみがいて、ベッドに入りなさい。

10 giờ rồi. Đến giờ trẻ con đi ngủ rồi, đúng không? Con hãy đánh răng rồi vào giường ngủ đi.

② 優太、そんなところに立ってたら邪魔になるでしょ。こっちへいらっしゃい。

Yuta, con không thấy là con đứng đó thì sẽ gây cản trở à? Con hãy lại đằng này đi.

③ 飲みに行こうって誘ったのは君だろ。今日になってキャンセルなんて、ひどいよ。

Chẳng phải anh là người đã rủ chúng ta đi uống rượu sao? Đến hôm nay lại nói thôi, thật là tệ đấy.

Bài 18

読む・書く

1. 僕はおそらくあの薄汚い鉛筆削りを使いつづけていた**に違いない**。

```
  thể thông thường
    なA  ⎫           ⎫
         ⎬ ーだ → ー／ーである ⎬ + に違いない
    N   ⎭           ⎭
```

Đây là cách nói biểu đạt điều mà người nói đoán chắc là đúng.
① 渡辺さんは時間が守れない人だ。今日もきっと遅れてくるに違いない。

　　Chị Watanabe là người luôn không đúng giờ. Hôm nay chắc chắn chị ấy cũng sẽ lại đến trễ.
② 山本監督の映画ならきっとおもしろいに違いない。

　　Nếu là phim của đạo diễn Yamamoto thì chắc chắn là thú vị.
③ あの公園の桜はもう散っているに違いない。

　　Hoa anh đào ở công viên đó chắc chắn đã rụng rồi.

Cách nói này giống với「はずだ」nhưng nếu như「はずだ」biểu đạt sự phán đoán chắc chắn dựa trên sự tính toán, kiến thức, suy luận lô gic, v.v., thì「に違いない」lại như ở ví dụ ④ biểu đạt sự phán đoán một cách trực cảm.
④ 彼を一目見て、親切な人 {○に違いない／×のはずだ} と思った。

　　Nhìn qua anh ấy, tôi thấy rằng anh ấy chắc chắn là người tử tế.

2. 僕の鉛筆削りは手動式の機械で、他のもの**に比べて**変わったところなんてない。

```
  N + に比べて／比べると
```

「XはYに比べて／比べると…」là cách nói biểu đạt điều rút ra sau khi so sánh X với Y, và nội dung ở vế sau thường biểu đạt một mức độ nào đó. Cũng có thể dùng cách nói「～より」để thay thế, và ý nghĩa của câu cũng không thay đổi.
① 今年は去年に比べて春の来るのが遅かった。

　　So với năm ngoái thì năm nay mùa xuân đã đến muộn hơn.
② 電子辞書で調べたことは紙の辞書に比べると記憶に残りにくい気がする。

　　Tôi có cảm giác rằng so với việc tra cứu bằng từ điển giấy thì tra cứu bằng kim tự điển khó nhớ vào đầu hơn.
③ 郊外は都心に比べて緑が多い。

　　So với khu vực trung tâm thì vùng ngoại ô có nhiều cây xanh hơn.

3. こんな幸運（こううん）は人生の中でそう何度もある**ものではない**。

V thể nguyên dạng
V thể ない －ない } ＋ ものだ
いA
なA －な

(1)「XはYものだ」là cách nói để biểu đạt bản chất hoặc khuynh hướng của X. Trong văn nói sẽ trở thành「もんだ」.

① 人は変（か）わるものだ。

　　Con người là luôn thay đổi.

② お金って、なかなか貯（た）まらないもんですね。

　　Tiền bạc là thứ khó để tiết kiệm nhỉ?

Vì cách nói này dùng để nói về những đối tượng chung chung nên ở X không thể dùng các từ chỉ một người hay vật xác định nào đó như danh từ riêng.

× 田中（たなか）先生は変わるものだ。

Trường hợp phủ định thì có hai cách nói là「〜ものではない」và「〜ないものだ」, cách nói đầu tiên có sắc thái phủ định hơi mạnh hơn cách nói sau.

③ 日本語で日常的（にちじょうてき）に使われる漢字は2,000字以上ある。1年や2年で覚（おぼ）えられるものではない。

　　Trong tiếng Nhật, số chữ Hán được sử dụng hàng ngày có trên 2,000 chữ. Đấy không phải là thứ có thể nhớ được trong 1, 2 năm.

④ 甘（あま）いものは一度にたくさん｛食べられるもんじゃない／食べられないもんだ｝。

　　Đồ ngọt không phải là thứ để ăn nhiều trong một lần.

(2)「〜ものだ」còn có cách dùng khác chuyển nghĩa từ cách dùng biểu đạt bản chất/ khuynh hướng như ở trên, đó là cách dùng để biểu đạt trạng thái lý tưởng hoặc hành vi vốn dĩ phải làm. Nét nghĩa này sẽ gần với「〜べきだ」.

⑤ 学生は勉強するものだ。

　　Sinh viên là phải học.

⑥ 出された食事は残（の こ）すものではない。

　　Thức ăn được bày ra không phải là thứ để thừa lại.

話す・聞く

4. ワイングラス、どこにしまったかな。あ、あっ**た**、あった。

Hình thức quá khứ như thế này của「いた」,「あった」,「見えた」, v.v.. được dùng để biểu đạt việc đã tìm ra vật đang tìm kiếm hoặc việc chú ý đến trạng thái mà trước nay đã không để ý đến.

① チロ！チロ！どこにいるんだ。おー、いた、いた。こんなとこにいたのか。
Chiro! Chiro! Mày ở đâu? Ôi, thấy mày rồi. Mày đã ở đây à.
② ほら、見てごらん。あそこに小さな島が見えるだろう。
…ええ？ どこ？ 見えないよ。あ、見えた。あれ？
Này, cậu thử nhìn đi. Cậu thấy một hòn đảo nhỏ ở đằng kia chứ?
Hả? Ở đâu cơ? Tớ không thấy đâu. À, thấy rồi. Kia hả?

5. だって、このお皿、新婚時代の思い出がいっぱいなんだもの。

「だって、…もの」là cách nói biểu đạt lí do, và nó được dùng khi người nói muốn nhấn mạnh tính chính đáng của bản thân hoặc khi phân trần, bao biện. Đây là cách nói bỗ bã nên không thể dùng trong tình huống hội thoại lịch sự.
① どうしてケータイばかり見ているの？
…だって、することがないんだもの。
Tại sao em cứ xem điện thoại mãi thế?
Thì có gì để làm đâu.
② どうしてうそをついたの？
…だって、誰も僕の言うことを聞いてくれないんだもん。
Tại sao em lại nói dối?
Vì có ai thèm nghe em những gì em nói đâu.

6. ふだん使わないものをしまっといたところで、場所をとるだけだよ。

Cấu trúc「Xたところで Y」biểu thị ý nghĩa「もしXても Y (kết quả không tốt) になる」. Nó được dùng khi muốn nói「Xする必要はない」.
① いくら状況を説明したところで、警察は信じないだろう。
Dù cho anh có giải thích với cảnh sát bao nhiêu đi nữa thì họ cũng sẽ không tin đâu.
② きれいに片づけたところで、子どもがすぐ散らかすんだから意味がないよ。
Dù có dọn sạch sẽ thì bọn trẻ con cũng sẽ xả bừa ra ngay nên không có ý nghĩa đâu.

7. ここにあるスーパーの袋の山、何だよ。
…あら、袋だって必要なのよ。

N
N ＋ trợ từ cách } ＋ だって

Cấu trúc「XだってY」được dùng khi muốn biểu đạt điều trái với dự đoán「XであればYではないだろう」.

① 日本語は漢字が難しいかもしれないけど、韓国語だって発音が難しい。

Có thể chữ Hán trong tiếng Nhật khó, nhưng kể cả tiếng Hàn phát âm cũng khó.

Ngoài ra, cách nói này còn được sử dụng để liệt kê nhiều nội dung như ở ví dụ ②.

② 鈴木さんはスポーツが得意だから、サッカーだって野球だって何でもできます。

Anh Suzuki rất giỏi thể thao nên cả bóng đá, cả bóng chày, thứ gì anh ấy cũng đều chơi được.

Và như ở ví dụ ③,「XだってY」không phải lúc nào cũng là để biểu đạt điều trái với dự đoán mà nó còn được dùng trong trường hợp nhấn mạnh nội dung tương ứng của X ở Y.

③ 父は毎朝早く仕事に出掛けます。今日だって朝6時に家を出ました。

Bố tôi mỗi sáng đều đi làm sớm. Ngay như hôm nay ông đã ra khỏi nhà lúc 6 giờ.

8. あなたこそ、あの本の山はいったい何なの！

N
N ＋ trợ từ cách（に・で）
V thể て
thể thông thường ＋ から } ＋ こそ

「XこそY」là cách nói nhấn mạnh rằng「他のものではなくXがYだ」.

① どうぞよろしくお願いします。
…こちらこそどうぞよろしく。

Rất hân hạnh được gặp anh.

Chính tôi mới là người hân hạnh được gặp anh.

② ずいぶん長いことお祈りしてたね。
…今年こそ、いい人に出会えますようにってお願いしてたの。

Chị đã cầu nguyện trong một thời gian dài rồi đấy nhỉ?

Tôi đã cầu nguyện để ngay trong năm nay tôi gặp được người tốt.

Ở vế X, ngoài danh từ chỉ người, vật thì còn có nhiều biểu hiện khác như "danh từ + trợ từ cách",「〜て」biểu thị trạng thái, hay「〜から」biểu thị lí do, v.v...

③ この本は子ども向けだが、逆に、大人にこそ読んでもらいたい。

Cuốn sách này là dành cho trẻ em, nhưng ngược lại tôi thực sự muốn người lớn đọc nó.

④ どんな言語もコミュニケーションに使えてこそ意味があるのであって、試験に合格しても実際に使えなければ意味がありません。

Ngôn ngữ nào cũng vậy, nó chỉ thực sự có ý nghĩa khi có thể dùng để giao tiếp. Dù bạn có thi đỗ kỳ thi mà không dùng được trong thực tế thì cũng không có ý nghĩa.

⑤ あの人が嫌いなのではない。好きだからこそ冷たい態度をとってしまうのだ。

Chẳng phải tôi ghét anh ấy. Chẳng qua là chính vì tôi thích anh ấy nên tôi mới tỏ ra lạnh lùng thế.

Bài 19

読む・書く

1. ロボコンは初めのころはNHKの番組で、大学や高専の学生**を対象に**行われていた。

「〜を対象に」biểu thị đối tượng thụ nhận sự điều tra hay thông tin/hành vi. Còn có hình thức khác là「〜を対象にして」.
① 幼児を対象に開発されたゲームが、大人の間で流行している。

　Trò chơi được phát triển dành cho đối tượng là trẻ em hiện đang thịnh hành trong người lớn.
② テレビの午後の番組はおもに主婦を対象に組まれている。

　Chương trình ti vi buổi chiều được xây dựng chủ yếu dành cho đối tượng là các bà nội trợ.

2. ロボコンの特効薬的効果は、中学生**ばかりでなく**、高専や大学の学生にもある。

「〜ばかりでなく」giống với「〜だけでなく」, biểu đạt nghĩa「他にもある」.
① 18号台風は農業ばかりでなく、経済全体にも大きなダメージを与えた。

　Cơn bão số 18 đã gây thiệt hại lớn cho không chỉ ngành nông nghiệp mà cả toàn bộ nền kinh tế.
② ここは温泉ばかりでなく、釣りや山登りも楽しめます。

　Ở đây bạn không chỉ tận hưởng được suối nước nóng mà còn có thể đi câu cá và leo núi.

3. ロボコンというものが、大きな教育力を備えた活動だということがはっきりしてきたから**にほかならない**。

N 〜から・ため biểu thị nguyên nhân/lí do/căn cứ	+ にほかならない

「〜にほかならない」là cách nói nhấn mạnh nét nghĩa「〜である」.
① 子どもの反抗は、大人になるための第一歩にほかならない。

　Sự phản kháng của trẻ con không gì khác là bước khởi đầu để trở thành người lớn.
② この成功は、あなたの努力の結果にほかなりません。

　Thành công này chính là kết quả nỗ lực của bạn.

③ このような事故が起きたのは、会社の管理体制が甘かったからにほかなりません。

Việc để xảy ra sự cố như thế này không gì khác là do cơ chế quản lý của công ty lỏng lẻo.

4. ロボットづくりを通して、物と人間とのよい関係が身につく。

N ＋ を通して

「～を通して」đi cùng với danh từ chỉ hành động, và với nghĩa 「～をすることによって」nó biểu thị phương cách để sự việc ở vế sau được thực hiện.

① 厳しい練習を通して、技術だけでなく、どんな困難にも負けない心が養われたと思います。

Tôi nghĩ rằng qua việc luyện tập nặng nhọc thì không chỉ kỹ thuật phát triển mà tinh thần không ngại bất kỳ khó khăn nào đã được hun đúc.

② 茶道を通して、行儀作法だけでなく、和の心を学んだ。

Qua trà đạo, tôi không chỉ học được các phép tắc mà còn học được tinh thần ôn hòa của người Nhật.

③ 語学の学習を通して、その言葉だけでなく、その国の文化や人の考え方なども知り、理解が深まったと思う。

Tôi nghĩ rằng qua việc học ngoại ngữ, tôi không chỉ biết ngôn ngữ đó mà còn hiểu rõ về văn hóa của đất nước đó, cách suy nghĩ của con người ở đó, v.v...

5. たいていの中学校では秋から翌年にかけて4か月間ロボットづくりをさせる。

N（danh từ chỉ thời gian）＋ から ＋ N（danh từ chỉ thời gian）＋ にかけて
N（danh từ chỉ không gian）＋ から ＋ N（danh từ chỉ không gian）＋ にかけて

「～から～にかけて」biểu thị sự khởi đầu và kết thúc của thời gian/không gian. Nó là cách nói biểu đạt một sự việc xảy ra tại thời điểm nào/ở đâu trong khoảng thời gian/khoảng không gian đó.

① 台風8号は今夜から明日にかけて上陸する見込みです。

Cơn bão số 8 được dự báo sẽ đổ bộ vào đất liền trong khoảng thời gian từ tối nay đến ngày mai.

② 毎年1月から3月にかけてほうぼうで道路工事が行われる。

Hàng năm từ tháng 1 đến tháng 3 công tác thi công đường sá được tiến hành khắp nơi.

③ 関東から東北にかけていろいろな都市でコンサートを開いた。

Họ đã tổ chức các buổi biểu diễn hòa nhạc tại nhiều thành phố khác nhau trải dài từ vùng Kanto đến vùng Tohoku.

6. 彼らのふるまいの変化はともかく、彼らの顔が以前に比べて、おだやかになる。

(1) N ＋ はともかく
(2) V ／ いA ／ なA ／ N ＋ thể thông thường（なA・N －だ）＋ かどうか ＋ はともかく

Cách nói「〜はともかく」có nghĩa là ""「〜」là điều quan trọng, tuy nhiên lúc này không bàn kỹ về nó". Nó còn có hình thức khác là「〜はともかくとして」.

① あのレストランは値段はともかく、味はいい。

Nhà hàng đó không bàn đến giá cả thì thức ăn rất ngon.

② 彼は見た目はともかく、性格がいい。

Không bàn về mặt ngoại hình thì tính cách của anh ấy rất tốt.

③ 参加するかどうかはともかく、申し込みだけはしておこう。

Khoan bàn về chuyện có tham gia hay không, chúng ta hãy đăng ký trước đi đã.

④ 上手に歌えたかどうかはともかく、頑張ったことは事実だ。

Không bàn chuyện cô ấy hát có hay hay không mà sự thực là cô ấy đã rất cố gắng.

7. チームが勝つためには、彼らは意見の違いを乗り越えていかざるを得ない。

V thể nguyên dạng
N ＋ の ＋ ためには

「〜ためには」biểu thị mục đích. Sau「〜ためには」là các từ ngữ biểu thị sự cần thiết/nghĩa vụ.

① マンションを買うためには、3,000万円くらい必要だ。

Để mua căn hộ, anh cần có 30 triệu yên.

② 医者になるためには、国家試験に合格しなければならない。

Để trở thành bác sĩ, anh phải thi đỗ kỳ thi sát hạch quốc gia.

③ 新聞が読めるようになるためには、もっと漢字を勉強したほうがいい。

Để có thể đọc được báo, anh nên học thêm nhiều chữ Hán.

Ngoài thể nguyên dạng của động từ, nó còn được dùng với danh từ chỉ sự việc.

④ 勝利のためには、全員の力を合わせることが必要だ。

Để giành chiến thắng thì sự hợp lực của tất cả mọi người là cần thiết.

話す・聞く

8. 演劇は決して華やかなだけの世界ではないということを覚えておいてほしい。

Sau 「決して」 luôn là thể phủ định. Nó có nghĩa là 「全く・全然・絶対（に）〜ない」, nhấn mạnh sự phủ định.

① 経営者側は自分たちの責任を決して認めようとはしなかった。

　Phía quản lí đã kiên quyết không thừa nhận trách nhiệm của họ.

② 落とした財布が中身ごと戻ってくるということは決してめずらしくない。

　Việc chiếc ví đã đánh rơi được trả lại nguyên vẹn với những gì có ở bên trong hoàn toàn không phải là hiếm.

Bài 20

読む・書く

1. アフロヘアーの青年が山口五郎のもとで尺八修業を始めた。

「〜のもとで」biểu thị nghĩa 「目上の人のいる場所で」, sử dụng khi biểu đạt việc được người trên dạy dỗ cho, giáo dục cho.
① 新しい監督のもとでチーム全員優勝を目指して頑張っている。
　Dưới sự dẫn dắt của tân huấn luyện viên, toàn đội đang nỗ lực hướng đến chức vô địch.
② 4歳のときに親を亡くし、田舎の祖父母のもとで育てられた。
　Tôi mất bố mẹ năm lên 4 và đã được ông bà dưới quê nuôi nấng.

2. 尺八は本来そうであったように「いやし」の音楽としても注目されている。

「そう」chỉ điều nói đến ở phía sau. Chẳng hạn, 「そう」ở trong câu này chỉ 「尺八が本来『いやし』の音楽であること」.
① この地域では、昔からそうであったように、共同で田植えをする。
　Ở khu vực này lúa được cùng trồng tập thể như vốn có từ hồi xưa.
② 誰でもそうだが、子どもを持って初めて親のありがたみを知る。
　Ai cũng vậy, khi có con rồi mới biết được hết công ơn của cha mẹ.

3. すごい音楽があるぞ。

「…ぞ」là trợ từ cuối câu dùng để thông báo một cách rõ ràng điều mà người nghe không biết. Trợ từ này được nam giới sử dụng trong hội thoại, nữ giới không sử dụng.
① 気をつけろ。このあたりは毒ヘビがいるぞ。
　Hãy cẩn thận! Khu vực này có rắn độc đấy!
② おーい。ここにあったぞ。
　Ê! Có ở đây này!

4. 邦楽は日本の民族音楽であると同時に人類全体の財産である。

「〜と同時に」biểu đạt sự hình thành đồng thời của 2 sự việc mà bình thường khó hình thành cùng lúc cả 2.

① 酒は薬になると同時に毒にもなる。

Rượu là thuốc, đồng thời là chất độc.

② 遅く帰ってきた娘の顔を見て、ホッとすると同時に腹が立った。

Nhìn thấy mặt đứa con gái trở về nhà lúc muộn, tôi vừa thở phào vừa tức giận.

5. 内容より形を重視する考えに従う しかなかった。

V thể nguyên dạng + しかない

「〜しかない」biểu thị nét nghĩa rằng "không có lựa chọn nào khác ngoài「〜」".

① 誰も手伝ってくれないなら、私がやるしかない。

Nếu không ai hỗ trợ thì tôi đành phải làm một mình thôi.

② 私にはとても無理な仕事だったので、断るしかなかった。

Đối với tôi đấy là công việc rất khó nên tôi không còn cách nào khác đành phải từ chối.

③ 国立大学と私立大学に合格したとき、私は経済的な理由で学費の安い国立大学に進学するしかなかった。

Khi thi đỗ vào cả trường quốc lập và trường dân lập, vì lí do kinh tế tôi đành phải chọn học ở trường quốc lập có mức học phí thấp.

6. クリストファー遙盟・ブレィズデルさんは30年にわたる経験の末、こう語る。

Nの
V thể た } **+ 末 [に]**

「〜の末」biểu thị ý nghĩa "trải qua quá trình khó khăn, cuối cùng thì". Nó còn có hình thức khác là「〜の末に」.

① 苦労の末、画家はやっと作品を完成させることができた。

Sau nhiều vất vả cuối cùng ông họa sĩ đã có thể hoàn thành được tác phẩm.

② その選手は、数週間悩んだ末、引退する決心をした。

Sau vài tuần suy nghĩ nhiều, cầu thủ đó đã đưa ra quyết định giải nghệ.

③ いろいろな仕事を渡り歩いた末に、結局最初の仕事に落ち着いた。

Sau khi kinh qua nhiều công việc khác nhau, cuối cùng tôi đã trở lại ổn định với công việc đầu tiên.

7. 武満徹の作品の中で使われて以来、尺八は国際的に広がりをみせた。

V thể て
N } + 以来

「〜て以来」biểu thị ý nghĩa「〜してからずっと」. Cách nói này được sử dụng trong trường hợp nói về một sự việc mà ở chừng mực nào đó kéo dài từ thời điểm trong quá khứ đến hiện tại, chứ không phải sự việc ở quá khứ gần đây.

① スキーで骨折して以来、寒くなると足が痛むようになった。

Từ sau khi bị gãy xương do trượt tuyết, cứ trời trở lạnh là chân tôi bị đau.

② 結婚して以来ずっと、横浜に住んでいる。

Từ sau khi kết hôn chúng tôi sống suốt ở Yokohama.

③ 帰国して以来、一度も日本食を食べていない。

Từ sau khi về nước tôi không ăn một bữa ăn Nhật nào.

Ngoài thể て của động từ cách nói này còn được dùng với danh từ chỉ thời gian.

④ 去年の夏以来、父とは一度も会っていない。

Từ sau mùa hè năm ngoái tôi không gặp bố lần nào.

⑤ 大学卒業以来、ずっと司法試験合格をめざして勉強を続けてきた。

Từ sau khi tốt nghiệp đại học năm ngoái tôi đã tiếp tục học để thi đỗ kỳ thi tư pháp quốc gia.

8. アメリカには尺八を教える大学もあるくらいだ。

V
いA } thể thông thường
なA thể thông thường
  −だ → −な／−である } + { くらいだ。
           くらい、…

「くらい」là cách nói đưa ra thí dụ ở trường hợp tối đa nhất để biểu đạt mức độ của sự việc đã trình bày phía trước. Ở ví dụ ③ dưới đây,「くらい」đưa ra thí dụ về điều được đề cập ở phía sau. Nó có thể được thay thế bằng cách nói「ほどだ」.

① 空港までは遠いので、朝7時に家を出ても遅いくらいだ。

Vì quãng đường đến sân bay rất xa nên dù có ra khỏi nhà lúc 7 giờ sáng thì cũng sẽ bị muộn.

② このかばんはとてもよくできていて、偽物とは思えないくらいだ。

Chiếc cặp này được làm rất tốt đến nỗi không thể nghĩ nó là đồ giả.

③ この本は中学生でも読めるくらい簡単な英語で書かれている。

Cuốn sách này được viết bằng thứ tiếng Anh rất đơn giản đến nỗi học sinh trung học cơ sở cũng có thể đọc được.

④ 北国の建物は冷房より暖房が行き届いているので、冬のほうが快適なくらいだ。

Vì nhà cửa ở vùng phía bắc được trang bị đầy đủ máy sưởi hơn là máy lạnh nên mùa đông ở xứ đó lại dễ chịu hơn.

話す・聞く

9. 「ががまる」という四股名はニックネームの「ガガ」に師匠が期待**をこめて**、いい漢字を選んでくれました。

「～をこめて」biểu thị ý nghĩa「～の気持ちを持って」.

① これは子どものために母親が愛をこめて作った詩です。

Đây là những bài thơ được các bà mẹ làm cho con với cả tình yêu thương.

② 今日はお客さんのために心をこめて歌います。

Hôm nay tôi sẽ hát cho quý vị nghe với cả tấm lòng.

10. 相撲の世界は努力すれ**ば**努力した**だけ**報いられる世界です。

「～ば～だけ」biểu đạt rằng một kết quả được sinh ra tỷ lệ thuận với mức độ đã thực hiện cái gì đó.

① 頭は使えば使っただけ柔かくなる。

Đầu óc của mỗi người càng dùng nhiều đến càng linh hoạt ra.

② 苦労は大きければ大きいだけ財産になる。

Sự gian khổ càng lớn thì tài sản có được càng nhiều.

11. 電話で母の声を聞い**たとたんに**、涙が出てきた。

V thể た ＋ とたん［に］

「～たとたん（に）」biểu thị ý nghĩa「～するとすぐに・～したあとすぐに」, và nó biểu đạt rằng do một sự việc là nguyên nhân mà một sự việc không ngờ tới xảy ra.

① 箱のふたを開けたとたん、中から子猫が飛び出した。

Ngay khi vừa mở nắp chiếc hộp thì chú mèo con từ ở trong nhảy ra.

② お金の話を持ち出したとたんに、相手が怒りだした。

Ngay khi vừa bàn đến vấn đề tiền nong thì đối phương nổi giận.

③ テレビのCMでこの曲が使われたとたん、CDの売上げが急激に伸びた。

Ngay khi ca khúc này được sử dụng trong chương trình quảng cáo trên ti vi thì doanh thu của CD tăng vọt.

12. 外国人だからといって、わがままは言えません。

thể thông thường + からといって

Sử dụng 「～からといって」 khi muốn nói về một kết quả phát sinh khác với điều được dự đoán là sẽ đương nhiên xảy ra khi nhìn từ một dữ kiện nào đó. Ở vế sau là hình thức phủ định.

① 新聞に書いてあるからといって、必ずしも正しいわけではない。

Không phải cứ được viết trên báo thì lúc nào cũng đúng.

② 便利だからといって、コンビニの弁当ばかり食べていては体によくないと思う。

Tôi cho rằng sẽ là không tốt cho sức khoẻ khi vì tiện mà cứ ăn suốt cơm hộp bán ở cửa hàng tiện lợi.

③ 民主主義だからといって、何でも数で決めていいわけではない。

Không phải cứ nói là chủ nghĩa dân chủ thì cái gì cũng quyết được bằng con số.

Bài 21

> 読む・書く

1. 水を沸かしもせずに、そのまま生で飲める国など世界広しといえどもそう多くはない。

「～もせずに」là cách nói cũ, biểu thị ý nghĩa rằng "không làm điều mà được cho là đương nhiên sẽ làm".
① 父は具合が悪いのに、医者に行きもせずに仕事を続けている。

　Bố tôi không khoẻ thế nhưng lại không đi bác sĩ mà tiếp tục làm việc.
② 彼は上司の許可を得もせずに、新しいプロジェクトを進めた。

　Anh ta đã xúc tiến dự án mới mà không xin phép cấp trên.

2. 水をそのまま生で飲める国など世界広しといえどもそう多くはない。

「～といえども」là cách nói cũ, biểu thị nghĩa「～といっても」,「～ではあるが」.
① どんな大金持ちといえども、お金で解決できない悩みがあるはずだ。

　Dù có giàu có đến cỡ nào thì chắc chắn cũng có những nỗi khổ mà không thể giải quyết được bằng tiền.
② 名医といえども、すべての患者を救うことはできない。

　Dù có là danh y thì cũng không thể cứu chữa được hết cho tất cả mọi người.

3. よほど英語が堪能な人でも、そう簡単には訳せないだろう。

「よほど～でも」biểu thị ý nghĩa「非常に～であっても」,「どんなに～であっても」.
① よほどけちな人でも、あの吉本さんには勝てないだろう。

　Có lẽ kể cả người rất keo kiệt cũng không thể hơn được anh Yoshimoto.
② よほど不器用な人でも、この機械を使えば、ちゃんとした物が作れるはずだ。

　Kể cả là người rất vụng về thì nếu sử dụng máy này cũng sẽ chắc chắn làm ra được sản phẩm tươm tất.

4. 日本人がいかに水と密着して独自の水文化を築きあげてきたかがよくわかる。

「いかに～か」là cách nói nhấn mạnh ý nghĩa của「非常に～である」.
① 朝のラッシュを見ると、日本人がいかに我慢強いかが分かる。

　Nếu bạn nhìn vào giờ cao điểm buổi sáng, bạn sẽ hiểu được người Nhật nhẫn nại đến nhường nào.

② 自然の力の前では人間の存在などいかに小さなものかを知った。

Trước sức mạnh của tự nhiên, tôi đã biết sự tồn tại của con người thật nhỏ bé biết bao.

5. さすがの通人、二の句もつげなかったとか。

thể thông thường　+　とか。

「…とか。」là biểu đạt văn viết mềm mại của nét nghĩa「〜そうだ (nói lại thông tin nghe được)」,「はっきりとではないが〜と聞いた。」.

① 隣のご主人、最近見かけないと思ったら、2週間前から入院しているとか。

Tôi vừa nghĩ rằng gần đây không thấy người hàng xóm bên cạnh thì nghe rằng anh ấy đã nhập viện từ 2 tuần trước.

② お嬢さんが近々結婚なさるとか。おめでとうございます。

Tôi nghe rằng con gái chị chuẩn bị làm đám cưới. Xin chúc mừng chị.

③ 先週のゴルフ大会では社長が優勝なさったとか。

Tôi nghe nói ông giám đốc bên anh đã vô địch giải golf tuần trước.

6. 私に言わせれば、「本当にそんな名水、まだ日本に残っているのかいな」と疑いたくなる。

N　+　に　+　言わせれば／言わせると／言わせたら／言わせるなら

「〜に言わせれば」đi cùng với danh từ chỉ người, biểu thị ý nghĩa「その人の意見では」. Cách nói này biểu đạt ý nghĩa rằng đang nói ý kiến riêng của chính người đó, khác với người khác.

① 経済の専門家に言わせれば、円はこれからもっと高くなるらしい。

Theo các chuyên gia kinh tế thì từ nay đồng yên sẽ còn cao hơn.

② 口の悪い弟に言わせると、「長」がつく人間は信用してはいけないそうだ。

Theo lời thằng em trai "thối mồm" của tôi thì không được tin những người mà có chức danh "Trưởng".

③ 200年前の日本人に言わせたら、現代の若者が話している日本語は外国語みたいだと言うだろう。

Đối với người Nhật của 200 năm trước thì có lẽ họ sẽ thấy tiếng Nhật mà giới trẻ ngày nay đang dùng giống như tiếng nước ngoài.

話す・聞く

7. 日本の食事スタイルの問題点を、データに基づいてお話ししたいと思います。

N ＋ に基づいて

「〜に基づいて」biểu thị ý nghĩa "lấy 「〜」làm căn cứ". Khi bổ ngữ cho danh từ thì sẽ trở thành 「〜に基づいた」.

① この映画は、事実に基づいて作られている。

Bộ phim này được xây dựng dựa trên sự thật.

② デパートでは、調査結果に基づいた新しいサービスを導入した。

Trung tâm thương mại đã đưa vào các dịch vụ mới dựa trên kết quả điều tra khách hàng.

③ 予想ではなく、経験に基づいて判断しました。

Tôi đã đưa ra quyết định dựa vào kinh nghiệm chứ không dựa vào tiên đoán.

8. 15年ほどの間に食事のとり方も大きく変化してきたと言えます。

V
いA   thể thông thường
なA   thể thông thường   ＋ と言えます
N   ー だ

「〜と言える」biểu thị ý nghĩa 「〜と判断できる」.

① 日本の経済力を考えると、国際社会における日本の責任は大きいと言える。

Khi chúng ta nghĩ đến sức mạnh kinh tế của Nhật Bản thì có thể nói trách nhiệm của Nhật Bản đối với cộng đồng quốc tế là rất lớn.

② 人口増加によって、地球温暖化はますます進むと言えるのではないでしょうか。

Chúng ta có thể nói rằng trái đất ngày càng nóng lên do hệ quả của sự gia tăng dân số.

③ お金があれば幸せだと言えるのでしょうか。

Liệu chúng ta có thể nói rằng tiền đem lại hạnh phúc?

9. 日本の食卓は豊かですが、一方で食の外部化率の上昇や「個食」の増加といったことが起きています。

…が、一方で
thể thông thường ＋ 一方で

「一方で」dùng khi nói về nội dung có đánh giá trái ngược với điều đã trình bày ở trước. Cũng có khi được dùng với hình thức 「一方では」、「一方」.

① 日本は技術が進んだ国だが、一方で古い伝統文化も大切にしている。

Nhật Bản là đất nước có nền kỹ thuật phát triển, nhưng mặt khác cũng là đất nước coi trọng văn hoá truyền thống ngày xưa.

② 英語は小さい時から学ばせたほうがいいという意見もある一方で、きちんと母語を学んでからにしたほうがいいという意見もある。

Có những ý kiến cho rằng nên cho trẻ em học tiếng Anh từ lúc còn nhỏ thì sẽ tốt hơn, nhưng ngược lại cũng có những ý kiến cho rằng học tốt tiếng mẹ đẻ trước rồi học tiếng Anh thì sẽ tốt hơn.

③ コレステロール値が高いのは問題だが、一方ではあまり低すぎるのも長生きできないという調査結果がある。

Chỉ số cholesterol cao là vấn đề, nhưng ngược lại cũng có kết quả điều tra cho thấy rằng nếu chỉ số này quá thấp chúng ta sẽ không thể sống thọ.

10. このような現象は日本に限らず、ブラジルでも他の国でも起きている。

N ＋ に限らず

「～に限らず」biểu thị ý nghĩa「～だけでなく（他にも）」.

① このキャラクターは、子どもに限らず大人にも人気がある。

Nhân vật này được yêu chuộng trong cả người lớn chứ không riêng gì trẻ con.

② 海外ではお寿司やてんぷらに限らず、豆腐料理なども人気がある。

Ở nước ngoài không chỉ Sushi và Tempura mà cả những món khác như Tofu, v.v.. cũng rất được ưa chuộng.

③ バリアフリーとは障害を持った人やお年寄りに限らず、誰でもが快適に利用できるということです。

"Barrier-free" có nghĩa là ai cũng có thể sử dụng một cách thoải mái chứ không riêng gì người tàn tật hay người cao tuổi.

Bài 22

読む・書く

1. ネクロロジー集に玉稿をたまわりたく、お手紙をさしあげた次第です。

「〜次第です。」được sử dụng với hình thức câu là "thể nối tiếp/thể て、〜次第です。", biểu thị ý nghĩa「〜という理由で、…しました。」.「〜という次第で、…」sẽ có nghĩa là「〜という理由で、…」.

① 関係者が情報を共有すべきだと考え、皆様にお知らせした次第です。

Chúng tôi thông báo cho tất cả những ai liên quan bởi vì chúng tôi tin rằng thông tin cần được chia sẻ.

② 私どもだけではどうしようもなく、こうしてお願いに参った次第でございます。

Chúng tôi không thể tự mình giải quyết được việc này, nên đây là lí do vì sao chúng tôi đến nhờ anh.

2. それをもって「客観的評価」とされていることに私たちはあまり疑問を抱きません。

「〜をもって…とする」biểu thị ý nghĩa「〜を…と見なす」.

① 出席率、授業中の発表、レポートをもって、評価とします。

Sinh viên sẽ được đánh giá dựa trên tỉ lệ đến lớp, phát biểu trong giờ học, và các bài báo cáo.

② 拍手をもって、賛成をいただいたものといたします。

Dựa vào sự vỗ tay của các anh chị, tôi xem như là đã nhận được sự tán thành của các anh chị.

3. 小社におきましては、目下『私の死亡記事』というネクロロジー集を編纂中です。

N ＋ におきましては

「〜においては／〜におきましては」là cách nói mang sắc thái cứng của「〜では」giới hạn phạm vi, đặc biệt「〜におきましては」là cách nói rất cứng. Vì thế, trong các hành văn mang sắc thái cứng thì nó thường được ưa dùng hơn「〜では」.

① 経済成長期の日本においては、収入が2〜3年で倍になることもあった。

Ở Nhật Bản khi trong thời kì kinh tế tăng trưởng mạnh, thu nhập của một số người tăng gấp đôi chỉ trong 2, 3 năm.

② 外国語の学習においては、あきらめないで続けることが重要だ。

Khi học ngoại ngữ, việc quan trọng là không từ bỏ mà kiên trì tiếp tục.

③ 皆様におかれましてはお元気にお過ごしのことと存じます。

Tôi mong rằng các ông bà đều khoẻ mạnh.

4. 本人が書いた死亡記事は、時代を隔てても貴重な資料になり**うる**のではないか。

V thể ます ＋ うる／える

「〜うる／える」biểu thị ý nghĩa「〜ことができる」. Nó được viết ra chữ Hán là「得る」và đọc cả hai cách, nhưng「うる」thì hay được dùng hơn. Thể phủ định thì sẽ được dùng thành「えない」.

① 就職に関する問題は彼一人でも解決しうることだ。

Những vấn đề về công ăn việc làm thì một mình cậu ấy cũng có thể tự giải quyết được.

② 今のうちにエネルギー政策を変更しないと、将来重大な問題が起こりうる。

Nếu chính sách năng lượng không được thay đổi sớm thì có khả năng các vấn đề nghiêm trọng sẽ xảy ra trong tương lai.

③ 彼女が他人の悪口を言うなんてことはありえない。

Chẳng thể nào có chuyện cô ấy đi nói xấu người khác.

Cách nói này rất giống với「〜ことができる」, thế nhưng trong khi「〜ことができる」chỉ được dùng với tư cách là động từ ý chí thì「〜うる／える」còn có thể dùng với tư cách động từ phi ý chí.

④ この問題は容易に解決することができる／解決しうる。

Vấn đề này có thể giải quyết đơn giản.

⑤ 日本ではいつでも地震が起こりうる。

Ở Nhật Bản lúc nào cũng có thể xảy ra động đất.

Ngoài ra, trong câu có chủ ngữ là người thì thường không thể dùng「〜うる／える」.

⑥ 田中さんは100メートルを10秒台で走ることができる。

Anh Tanaka có thể chạy 100 mét trong vòng 10 giây.

5. 氏は生前、三無主義を唱えていたため、遺族もこれを守り、その結果、氏の死の事実が覆い隠されることになった**のであろう**。

V		
いA	thể thông thường	
なA	thể thông thường	＋ のであろう／のだろう
N	－だ → な	

「…のであろう（のだろう）」diễn đạt sự liên tưởng của người nói trên cơ sở xét đến lí do đề cập ở câu văn trước hoặc tình huống được miêu tả ở câu văn trước.

① 洋子さんは先に帰った。保育所に子どもを迎えに行ったのだろう。

　Chị Yoko đã về trước mọi người. Có lẽ chị ấy đi đón con ở nhà trẻ.

② ガリレオは「それでも地球は回る」と言った。地動説への強い信念があったのであろう。

　Galileo đã nói rằng "Dù sao trái đất vẫn quay". Có lẽ ông ấy đã có niềm tin mạnh mẽ vào thuyết Copecnicus (cho rằng các hành tinh quay xung quanh mặt trời).

③ 田中さんがにこにこしている。待ち望んでいたお子さんが生まれたのだろう。

　Anh Tanaka đang cười tủm tỉm. Có lẽ đứa con mà anh ấy chờ đón đã chào đời.

④ 山田さんの部屋の電気が消えている。彼は出かけているのだろう。

　Điện trong phòng của anh Yamada tắt. Có lẽ anh ấy đang đi ra ngoài.

Ví dụ ④ biểu đạt sự liên tưởng đến việc「彼は出かけている」trên cơ sở nhận định「山田さんの部屋の電気が消えている」. Nếu trong nhận thức của người nghe nhận định này là chắc chắn thì「のだ」sẽ được sử dụng.

　・山田さんの部屋の電気が消えている。彼は出かけているのだ。

Tóm lại, trong trường hợp này「のだろう」biểu thị ý nghĩa「の（だ）＋だろう」. Cặp biểu hiện「のかもしれない・のにちがいない」cũng có quan hệ ngữ nghĩa tương tự.

6. 遺族は残された遺灰を、一握りずつ因縁のある場所に散布している**と思われる**。

V	thể thông thường	
いA	thể thông thường	＋ と思われる
なA	thể thông thường	
N	―だ	

「～と思われる」là cách nói dùng trong văn viết để biểu đạt ý kiến của người viết. Trong văn viết, đặc biệt là trong luận văn thì thông thường「～と思われる」sẽ được dùng chứ không phải「～と思う」. Một cách nói khác có cách dùng tương tự là「～と考えられる」.

① 世界の経済の混乱はこの先5、6年は続くと思われる。

　Tôi cho rằng sự hỗn loạn của nền kinh tế thế giới sẽ tiếp tục trong 5, 6 năm đến.

② 彼の指摘は本社の経営上の問題の本質を突いていると思われる。

　Tôi cho rằng những góp ý của anh ấy chỉ trúng bản chất những vấn đề tài chính của công ty này.

③ エコロジーは世界中で必要な思想だと思われる。

　Tôi cho rằng sinh thái học là tư tưởng cần thiết trên toàn thế giới.

話す・聞く

7. 保育所がない。あった**としても**、費用が高い。

Cấu trúc 「～ない。～たとしても、…。」 ngụ ý rằng giống như cách nói 「～ないから…。」 là "vì 「～ない」 nên đương nhiên dẫn đến 「…」". 「～たとしても」 với nét nghĩa là 「たとえ～たとしても…」 biểu đạt rằng ngay cả trường hợp thừa nhận 「～」 một mức độ nào đó thì kết quả cũng không trở nên 「…ない」 mà sẽ dẫn đến 「…」.

① 村には電気はなかった。ろうそくはたとえあったとしても高価でとても買えなかった。[だから、夜は勉強ができなかった]

Ở làng không có điện, và ngay cả nếu có nến thì tôi cũng không thể mua được vì đắt. (Vì thế, tôi không thể học vào ban đêm.)

② そのホテルにはぜひ一度夫婦で泊まってみたいのですが、希望の土曜日になかなか予約が取れません。土曜日に予約が取れたとしてもシングルの部屋しか空いていないのです。[だから、泊まれません]

Tôi và vợ thực sự muốn một lần ở tại khách sạn đó, nhưng không dễ để chúng tôi đặt được phòng vào ngày thứ bảy mà mình mong muốn. Ngay cả nếu đặt được vào thứ bảy thì cũng chỉ có phòng đơn. (Vì thế, chúng tôi không thể ở đó.)

③ パワーポイントで作成したファイルを受け取ったのですが、開くことができなかったり、開いたとしても内容が読み取れません。[だから、困っています]

Tôi đã nhận được file tài liệu soạn bằng Power Point nhưng không mở được, hoặc giả dụ có mở được đi nữa thì cũng không xem được nội dung. (Vì thế, tôi đang gặp khó khăn.)

8. これでは子どもを産**もうにも**産**めない**と思うのですが。

「～（よ）うにも…ない」 biểu đạt ý nghĩa 「～したいのだが、…することができない」.

① 上司や同僚がまだ仕事をしているので、帰ろうにも帰れない。

Vì cấp trên và đồng nghiệp vẫn đang làm việc nên tôi dù muốn cũng không thể đứng dậy ra về.

② パスワードが分からないので、データを見ようにも見られない。

Vì tôi không biết mật khẩu nên dù muốn cũng không thể xem được dữ liệu.

9. お年寄りだけの家庭では負担の**わりに**受ける恩恵が少ない。

「～わりに…」 biểu thị ý nghĩa rằng "「…」 không đến mức như được dự đoán từ 「～」".

① 映画「王様のスピーチ」はタイトルのわりにはおもしろかった。

Bộ phim "Bài diễn văn của nhà vua" thú vị hơn tiêu đề của nó.

② この王様は幼い頃、いじめられたわりにはまっすぐな性格をしている。

Vị vua này có một tính cách thẳng thắn dù hồi nhỏ bị bắt nạt.

10. 希望する人は全員保育所に入れるようにする**べきです**。

V thể nguyên dạng
A くある   } + べきだ
N・なA　である

「〜べきだ」biểu thị ý nghĩa rằng "đương nhiên là mong muốn điều「〜」". Đây là cách nói biểu thị chủ trương của người nói mạnh hơn「〜したほうがいい」.

① 豊かな国は貧しい国を援助するべきだ。

　Nước giàu nên trợ giúp nước nghèo.

② 子どもの前で夫婦げんかをすべきではない。

　Bố mẹ không nên cãi nhau trước mặt con.

③ もう少し早く家を出るべきだった。電車に乗り遅れてしまった。

　Lẽ ra chúng ta nên rời nhà sớm hơn một chút. Chúng ta đã lỡ tàu điện mất rồi.

Hình thức phủ định của cách nói này là「〜べきではない」chứ không có hình thức「〜ないべきだ」.

④ 友人の秘密を他人に {○話すべきではない・×話さないべきだ}。

　Không nên đem bí mật của bạn bè đi nói với người khác.

Cách nói này giống với「〜なければならない」nhưng giữa hai cách nói phân biệt với nhau ở những điểm sau:

a．Khi biểu đạt những điều được quy định trong luật thì chỉ có thể dùng「なければならない」.

⑤ 義務教育の年齢の子どもを持つ親は、子どもを学校に {○通わせなければならない・×通わせるべきだ}。

　Bố mẹ có con trong độ tuổi giáo dục bắt buộc phải cho con đến trường.

b．Khi bày tỏ sự khuyến khích, lời khuyên đối với người nghe thì cách nói「べきだ」phù hợp hơn.

⑥ 大学生のうちに、M. ヴェーバーの『職業としての学問』を {○読むべきだ・?読まなければならない}。

　Khi đang còn là sinh viên, bạn nên đọc cuốn *Science as a Vocation* của Max Weber.

(Ở ví dụ này, nếu dùng「なければならない」thì câu sẽ có nghĩa là "khi còn là sinh viên thì việc đọc sách là nghĩa vụ", nó khác với nét nghĩa khuyến khích mà「べきだ」biểu đạt.)

11. 育児休暇が取りやすいように、**というより**、みんなが取らなければならないように法律で縛ればいいんじゃないでしょうか。

thể thông thường
なA   } −だ } + というより
N

「～というより、…」là cách nói biểu đạt nét nghĩa "đính chính lại điều đã nói ở 「～」, đưa ra diễn đạt thích hợp hơn đó là 「…」".

① 治す医療、というより、人間がもともと持っている回復する力に働きかける医療が求められている。

Con người cần một loại y học tác động đến năng lực tự hồi phục mà họ vốn có hơn là một loại y học chữa trị.

② ゴッホにとって絵は、描きたいというより、描かなければならないものだった。

Đối với Van Gogh, tranh là thứ ông ấy phải vẽ chứ không phải là thứ ông ấy muốn vẽ.

③ 歴史を学ぶことは、過去を知るというより、よりよい未来を築くためなのです。

Việc học lịch sử là để kiến tạo một tương lai tốt hơn chứ không hẳn chỉ để biết về quá khứ.

Bài 23

読む・書く

1. 一度失敗すると、あとのつけは数百年に及ぶ可能性がある。

「～に及ぶ」biểu đạt ý nghĩa "sự việc được biểu đạt bởi chủ ngữ của câu đó lan đến tận「～」".

① 害虫による松の被害は県内全域に及んでおり、元の状態に回復するにはかなりの時間がかかるだろう。

Những thiệt hại đối với cây thông do sâu hại gây ra đã lan ra toàn bộ các khu vực trong tỉnh, và có lẽ phải mất khá nhiều thời gian để phục hồi lại như trạng thái cũ.

② 2004年の大津波の被害はインドネシアからインドの海岸にまで及んだ。

Thiệt hại do trận sóng thần lớn vào năm 2004 đã lan rộng từ Indonesia đến vùng bờ biển Ấn Độ.

③ 議論は国内問題にとどまらず国際問題にまで及び、今回の会議は非常に実りのあるものとなった。

Các tranh luận đã không dừng lại ở các vấn đề trong nước mà mở rộng sang đến các vấn đề quốc tế, góp phần làm cho hội nghị lần này đạt được nhiều thành quả.

2. 一度失敗すると、あとのつけは数百年に及ぶ可能性がある。

Cách nói này biểu đạt ý nghĩa rằng「『…』が起きる可能性がある」.

① あの学生は基礎的な学力があるし、努力家だから、これから大きく伸びる可能性がある。

Sinh viên đó vừa có học lực cơ bản vừa là một người rất nỗ lực nên có khả năng sau này còn tiến xa.

② 携帯電話は非常時の連絡に便利だが、場所によってはかからなくなる可能性もある。

Điện thoại di động rất tiện lợi trong tình huống liên lạc khẩn cấp nhưng cũng có khả năng là không gọi được ở một số địa điểm nhất định.

3. 「コモンズの悲劇」という有名な言葉がある。**この言葉**は地球の環境と人間活動を考える上でとても重要な意味をもつようになってきた。

この ＋ N

Khi chỉ từ ngữ hoặc câu văn đã xuất hiện ở phía trước thì sẽ dùng「この」chứ không dùng「その」. Danh từ đứng sau「この」là các danh từ vốn có chứa nội dung và có thể được dùng với cách nói「～という danh từ (N)」như là「言葉、表現、言い方、ニュース、知らせ」.

① 「生きるべきか死ぬべきかそれが問題だ」。この言葉はシェークスピアの『ハムレット』に出てくるものだ。

"Tồn tại hay không tồn tại, đó là câu hỏi". Câu nói này xuất hiện trong tác phẩm 'Hamlet' của Shakespeare.

② 「本店は来月いっぱいで閉店します」。この発表を聞いたとき、大変驚いた。

"Văn phòng chính sẽ đóng cửa vào cuối tháng sau". Khi nghe lời thông báo này tôi đã rất ngạc nhiên.

③ 「ワールドカップ2010でスペインが優勝した」。このニュースを私は病院で聞いた。

"Tây Ban Nha đã vô địch World Cup 2010". Tôi đã nghe tin này khi đang ở bệnh viện.

4. 「コモンズの悲劇」という言葉は地球の環境と人間活動を考える上で重要な意味をもつ。

V thể nguyên dạng／V thể た ＋ 上で

(1) Trường hợp với cấu trúc là 「thể nguyên dạng ＋ 上で」 thì nó được dùng để diễn đạt điều cần thiết hoặc điều quan trọng khi thực hiện một hành vi nào đó.

① お見舞いの品を選ぶ上で、気をつけなければならないことはどんなことですか。

Tôi phải chú ý điều gì khi chọn quà đi thăm ốm?

② 今回の災害は今後の防災を考える上で、非常に重要なものとなるにちがいない。

Thảm họa lần này chắc chắn là yếu tố rất quan trọng để xem xét khi chúng ta tính toán các giải pháp phòng chống các thảm họa trong tương lai.

③ 新しい会社をつくる上で、この会社で得た経験が役に立つと思います。

Tôi nghĩ rằng những kinh nghiệm đã có được ở công ty này sẽ rất có ích cho tôi khi thành lập công ty mới.

④ 値段を決める上で、最も重要なのは製品のコストだ。

Yếu tố quan trọng nhất khi quyết định mức giá của một sản phẩm là chi phí bỏ ra cho nó.

⑤ 人間が成長する上で、愛情は欠かせないものだ。

Tình yêu thương là cái không thể thiếu cho sự trưởng thành của con người.

⑥ 論文を読む上で大切なことは、筆者の意見をそのまま受け入れるのではなく、常に批判的に読むことである。

Điều quan trọng khi đọc luận văn là luôn đọc với tinh thần phản biện chứ không phải là tiếp nhận y nguyên ý của người viết.

(2) Trường hợp với cấu trúc là 「V thể た＋上で」 thì nó được dùng để diễn đạt hành động sẽ thực hiện tiếp theo sau khi đã thực hiện một hành vi nào đó.

⑦ 次回の授業には、この論文を読んだ上で参加してください。

Anh/chị hãy tham gia giờ học lần tới sau khi đã đọc luận văn này.

5. 地球環境を制御するシステムの理解が深まる**につれて**、無数の解決策が見えてくるであろう。

N
V thể nguyên dạng } + につれて

「～につれて…」biểu thị ý nghĩa rằng "nếu sự thay đổi ở sự việc「～」tăng lên thì sự thay đổi ở「…」cũng tiến triển tương ứng".

① 日本語が分かってくるにつれて、日本での生活が楽しくなった。

Khi tôi bắt đầu hiểu tiếng Nhật thì cuộc sống của tôi ở Nhật Bản trở nên thú vị hơn.

② あのとき謝ったけれど、時間が経つにつれて、腹が立ってきた。

Lúc đó tôi đã xin lỗi, nhưng cùng với thời gian trôi qua tôi lại càng giận hơn.

③ 調べが進むにつれて、事実が明らかになると思われる。

Tôi cho rằng cùng với sự tiến triển của cuộc điều tra thì sự thật sẽ trở nên sáng tỏ.

④ 子どもの成長につれて、家族で過ごす時間が減ってきた。

Cùng với sự trưởng thành của con cái thì thời gian mà gia đình chúng tôi sinh hoạt cùng nhau đã giảm đi.

話す・聞く

6. 悲しい**ことに**、インドネシアには絶滅の恐れのある鳥類が141種もいます。

Cấu trúc「tính từ đuôi い/ tính từ đuôi な＋ことに、～」biểu thị tình cảm/đánh giá của người nói/người viết đối với toàn bộ câu văn đó. Nó có thể được thay bằng cách nói「～ことは tính từ đuôi い / tính từ đuôi な（ことだ）」. Trường hợp là động từ thì cấu trúc này chỉ kết hợp hạn chế với một vài động từ như「困った」,「驚いた」, v.v...

① おもしろいことに、メキシコとエジプトは遠く離れているにもかかわらず、同じようなピラミッドが造られている。

Điều thú vị là tuy Mê-hi-cô và Ai Cập ở cách xa nhau nhưng những kim tự tháp cùng kiểu lại được xây dựng ở cả hai nước.

② 残念なことに、オリンピックから野球がなくなった。

Điều đáng tiếc là bóng chày đã bị bỏ ra khỏi nội dung các môn thi đấu ở Olympic.

③ 驚いたことに、40年ぶりに訪ねた故郷の小学校がなくなっていた

Điều đáng ngạc nhiên là sau tròn 40 năm khi tôi ghé lại thăm trường tiểu học ở quê nhà thì nó đã không còn.

7. インドネシアには絶滅**の恐れのある**鳥類が141種もいます。

「恐れがある」biểu thị ý nghĩa rằng "có khả năng xảy ra điều không hay". Khi bổ nghĩa cho danh từ thì có thể dùng một trong hai cách nói là 「恐れが／のあるＮ」.

① 台風13号は九州に上陸する恐れがあります。

Có khả năng là cơn bão số 13 sẽ đổ bộ vào Kyushu.

② やけどの恐れがありますから、この機械に絶対に触らないでください。

Vì có nguy cơ bị bỏng nên tuyệt đối không sờ vào máy này.

8. ブナ林のすばらしさは言うまでもありません。

「V thể nguyên dạng ＋までもない」biểu thị ý nghĩa rằng "đã rõ ràng đến mức không cần phải làm「〜」".

① 彼女の返事は聞くまでもない。イエスに決まっている。

Tôi không cần nghe sự trả lời của cô ấy. Chắc chắn là "Yes".

② 彼の息子なら大丈夫だろう。会うまでもないさ。

Nếu đó là con trai của ông ấy thì tôi chắc là ổn. Tôi không cần phải gặp cậu ấy nữa.

9. 東北へ旅行に行ったとき、白神山地でクマゲラと偶然出合ったのです。それがきっかけで、クマゲラと森について考えるようになりました。

Nをきっかけに
Nがきっかけで

「〜がきっかけで／〜をきっかけに、V」biểu thị ý nghĩa rằng "「〜」là động cơ/nguyên cớ để từ đó làm V/trở thành N".

① 小学生の頃プラネタリウムを見たことがきっかけで、宇宙に興味を持つようになった。

Tôi trở nên có hứng thú với vũ trụ sau khi thăm quan nhà mô hình vũ trụ lúc còn nhỏ.

② 今回のビル火災をきっかけに、各階にスプリンクラーの設置が義務づけられた。

Vụ hỏa hoạn ở tòa nhà lần này là nguyên cớ để việc lắp đặt hệ thống phun nước cứu hỏa ở các tầng được quy định.

③ 通学の電車で彼女の落とし物を拾ってあげました。それをきっかけに話すようになり、今では大切な親友の一人です。

Tôi đã nhặt giúp cô ấy đồ đánh rơi trên tàu lúc đến trường. Từ cơ duyên đó chúng tôi đã nói chuyện với nhau và bây giờ cô ấy là một trong những người bạn tốt của tôi.

10. 白神山地にはクマゲラをはじめ、多種多様な動植物が見られます。

Ｎ ＋ をはじめ

「〜をはじめ」chỉ thứ/cái/người đầu tiên khi liệt kê ra một vài thứ/cái/người.

① カラオケをはじめ、ジュードー、ニンジャなど、世界共通語になった日本語は数多くある。

Có nhiều từ trong tiếng Nhật như là "karaoke", rồi đến "judo", "ninja", v.v.. đã trở thành ngôn từ thông dụng trong ngôn ngữ các nước trên thế giới.

② 世界には、ナスカの地上絵をはじめ、ネッシー、バミューダ・トライアングルなどいまだ多くの謎が存在する。

Vẫn còn rất nhiều bí ẩn tồn tại trên thế giới, như là Những đường Nazca, rồi Quái vật hồ Loch Ness, Vùng tam giác quỷ Bermuda, v.v..

③ 市長をはじめ、皆様のご協力で今日のこの日を迎えることができました。

Chúng tôi đã có thể đón được ngày này hôm nay là nhờ vào sự hợp tác hỗ trợ của ngài thị trưởng và quý vị.

Bài 24

読む・書く

1. 世の中には型にあら**ざる**ものはない、といってもいいすぎではない。

「V ~~ない~~ + ざるN」là hình thức cũ khi bổ nghĩa cho danh từ của 「V ない」.

① 歴史にはまだまだ知られざる事実があるはずだ。

Chắc chắn vẫn còn nhiều sự thật chưa được biết đến trong lịch sử.

② 「見ざる、聞かざる、言わざる」は一つの生き方を示している。

"Không nhìn, không nghe, không nói" là biểu đạt về một phương châm sống.

Vì hình thức cũ chỉ còn xuất hiện trong các ngữ cố định nên nó chỉ được dùng giới hạn trong các trường hợp như dưới đây (ngay cả những hình thức này cũng ít được dùng).

・〜にあらざる（〜ではない）

・欠くべからざる（欠かせない、不可欠な）

・知られざる（知られていない）

2. 上は宗教**から**、芸術**から**、生活**に至るまで**、型にはまってないものは一つとしてありません。

Cách nói 「〜から〜に至るまで…」 đưa ra hai đối tượng của một sự việc, và biểu thị rằng nội dung ở 「…」 tương ứng với cả hai đối tượng đó.

① 自転車のねじから人工衛星の部品に至るまで、どれもこの工場で作っています。

Ở nhà máy này chúng tôi sản xuất tất cả mọi thứ, từ cái ốc vít của xe ô tô cho đến phụ tùng của vệ tinh nhân tạo.

② クラシックからJ-popに至るまで、当店ではどんなジャンルの音楽でもご用意しております。

Cửa hàng chúng tôi có đủ tất cả các thể loại nhạc từ cổ điển cho đến J-pop.

3. その竹の一片に彼の肉体と精神をまかせ**きった**ことと思います。

「〜きる」biểu đạt ý nghĩa 「完全に〜する」. Và cấu trúc 「động từ chỉ động tác ＋ きる」 như ở ví dụ ① sẽ có nghĩa là 「最初から最後まで〜する」.

① 彼はマラソンで42.195kmを走りきった。

Anh ấy đã chạy trọn 42.195 km ở cuộc thi ma-ra-tông.

② 赤ちゃんは安心しきった表情で母親の胸で眠っている。

Đứa bé nằm ngủ trên ngực mẹ với vẻ mặt rất bình yên.

③ 山本さんは疲れきった顔で座り込んでいる。

Anh Yamamoto ngồi im với khuôn mặt rất mệt mỏi.

4. それは、しかし天才ならぬ我々にとって、唯一の、利休へ近づく道であります。

Cấu trúc 「V~~ない~~ + ぬN」 là hình thức bổ nghĩa cho danh từ của 「Vない」. 「N₁ならぬN₂」 có nghĩa là 「N₁ではないN₂」.

① それが、永遠の別れになるとは、神ならぬ私には、予想もできなかった。

　　Đối với người trần như tôi thì tôi đã không thể tài nào đoán được lần chia tay đó lại là lần chia ly vĩnh viễn của chúng tôi.

② いつか宇宙に行きたいと思っていたが、それがついに夢ならぬ現実となった。

　　Tôi đã từng mong ước được đi lên vũ trụ, nhưng điều đó cuối cùng không còn là ước mơ mà đã thành hiện thực.

5. なんでも型にはめさえすれば、間違いは、おこり得ないのです。

```
N
V thể ます －ます  } + さえ…ば
V thể て
いA  －い → くさえあれば
なA } －だ + でありさえすれば
N
```

Cấu trúc 「～さえ…ば、…」 biểu đạt ý nghĩa (điều kiện đủ) rằng 「～が満たされれば、それだけで…には十分だ」. Chẳng hạn, câu 「この薬を飲みさえすれば、治りますよ。」 sẽ có nghĩa là 「この薬を飲めば、他のことは何もしなくても治る」.

① 非常用として3日分の水と食料を蓄えておきさえすれば、あとは何とかなる。

　　Nếu chúng ta dự trữ sẵn lượng nước uống và thực phẩm của 3 ngày cho lúc khẩn cấp thì sau đó nếu có gì xảy ra cũng xoay xở được.

② このグラウンドは、市役所に申し込みさえすれば、誰でも使えます。

　　Ai cũng có thể sử dụng sân bóng này nếu có đăng ký với thành phố.

③ 家族が健康に暮らしてさえいれば、十分に幸せです。

　　Chỉ cần gia đình sinh sống khoẻ mạnh là tôi đã đủ hạnh phúc.

Các hình thức biểu đạt khi đi cùng 「さえ」 sẽ như sau.

a. Trường hợp động từ: Vます+さえすれば (ví dụ: 読む→読みさえすれば)

b. Trường hợp bao gồm thể て của động từ: Vてさえいれば (さえくれば…) (ví dụ: 読んでいる→読んでさえいれば)

c. Trường hợp tính từ đuôi い: Aくさえあれば (ví dụ: おもしろい→おもしろくさえあれば)

d. Trường hợp tính từ đuôi な/danh từ +だ: なA / Nでありさえすれば (ví dụ: 静かだ→静かでありさえすれば、日本だ → 日本でありさえすれば)

6. 型にはまってないものは一つとしてありません。

Những từ bắt đầu bằng "一", ví dụ, 一日、一時、(誰)一人、(何)一つ ＋ として～ない

Cấu trúc「(từ ngữ bao gồm 一) として～ない」biểu thị ý nghĩa rằng「～でないものはない、すべてのものが～だ」.

① 似ている声はありますが、調べてみると同じ声は一つとしてありません。

　Có những giọng nói tương tự nhau, nhưng khi tôi kiểm tra thử thì chẳng có cặp giọng nào là giống nhau cả.

② 皆が励まし合った結果、一人としてやめたいと言う者はいなかった。

　Sau khi động viên lẫn nhau thì chẳng còn một ai nói là muốn nghỉ nữa.

③ 故郷で暮らす母を思わない日は一日としてありません。

　Tôi không một ngày nào là nguôi nhớ về người mẹ sống ở quê.

7. たった一人で、人跡絶えた山奥にでも住まぬ以上、型にはまらないで暮らすわけにはゆきません。

V thể thông thường ＋ 以上（は）

Cấu trúc「động từ thể thông thường（～）＋ 以上…」biểu đạt ý nghĩa "trên cơ sở đã xác nhận「～」là sự thật, chủ trương/bày tỏ rằng「…」".

① 相手が「うん」と言わぬ以上、あきらめるしかありません。

　Chừng nào người ta chưa đồng ý thì anh chỉ còn có cách từ bỏ mà thôi.

② 家賃が払えない以上、出ていくしかない。

　Một khi tôi không thể thanh toán tiền nhà thì chỉ còn cách rời đi mà thôi.

③ 結論が出た以上、実施に向けて計画を進めます。

　Một khi quyết định được đưa ra chúng tôi sẽ xúc tiến kế hoạch để thực hiện nó.

8. 面倒くさいきずなを、ズタズタに切りさかぬかぎり、社会人たる私達は、なんといおうと、型にはまらないで暮らすわけにはゆきません。

Vない／ぬ ＋ かぎり

「～ない／～ぬ限り、…」biểu thị ý nghĩa「～がなければ…はない」.「～ぬ」là cách nói cũ hơn.

① 私が病気にでもならぬかぎり、この店は売りません。

　Một khi tôi không đổ bệnh thì tôi sẽ không bán cửa hàng này.

② あきらめないかぎり、チャンスは必ず来ると思う。

　Tôi nghĩ rằng cơ hội sẽ đến miễn là tôi không bỏ cuộc.

③ ご本人の了承がないかぎり、個人情報はご提供できません。

Chúng tôi không thể cung cấp thông tin cá nhân của họ một khi không được sự chấp thuận của người ta.

9. 面倒くさいきずなを、ズタズタに切りさかぬかぎり、社会人たる私達は、なんといおうと、型にはまらないで暮らす**わけにはゆきません**。

V thể nguyên dạng ／V thể ない ＋ わけにはい（ゆ）きません

「～わけにはい（ゆ）かない」biểu đạt ý nghĩa "việc thực hiện/làm「～」là điều không được cho phép/điều không thể".「わけにはいかない」thường được dùng với những từ ngữ biểu thị lí do như「～（だ）から／～くて」.

① どんなに生活に困っても、子どもの学費のために貯金してきたこのお金を使うわけにはいかない。

Dù cho cuộc sống có khó khăn như thế nào đi nữa thì chúng ta cũng không thể sử dụng khoản tiền mà chúng ta đã dành dụm để chi trả tiền học cho các con.

② 遅刻も1回、2回なら許してもいいが、3回も4回も重なると許すわけにはいかない。

Tôi có thể bỏ qua khi chị đến muộn 1, 2 lần, nhưng tôi không thể chấp nhận nếu điều này xảy ra trong 3, 4 lần.

③ 失業中だからといって、親に頼るわけにはいかない。

Không thể vì là tôi đang thất nghiệp mà tôi có thể dựa dẫm vào bố mẹ.

10. 本人にはちっとも型をつくる気はなかったのに、その人々が利休をしのぶ**あまりに**、茶道の型をでっち上げたのです。

Nのあまり［に］
V thể nguyên dạng ＋ あまり［に］

Cấu trúc「~~thông thường~~ → thể nguyên dạng/danh từ ＋ の ＋ あまり（に）…」biểu đạt ý nghĩa rằng「とても～で、その結果…（てしまう）」.

① 子どものことを心配するあまり、つい電話をしては嫌がられている。

Vì tôi quá lo cho con nên đã gọi điện và thế là tôi bị nó khó chịu.

② ダイエットに励むあまり、病気になった。

Cô ấy đã thực hiện chế độ ăn kiêng quá triệt để nên đã đổ bệnh.

③ 彼は驚きのあまりに、手に持っていたカップを落としてしまった。

Anh ấy đã quá sửng sốt đến mức đánh rơi chiếc cốc đang cầm trong tay.

Các Nội Dung Chính Đã Học

(＊) Các mẫu ngữ pháp được cung cấp trong Đọc/Viết và Nói/Nghe được chia thành hai phần là *Các mẫu lí giải* và *Các mẫu thực hành*.

Bài Học	読む・書く（Đọc/Viết）	話す・聞く（Nói/Nghe）
Bài 13	ゲッキョク株式会社 (Công ty TNHH Gekkyoku)	勘違いしてることってよくありますよね (Những việc hiểu lầm thường xảy ra nhỉ?)
Mục tiêu bài học	・Đọc bài tùy bút. ・Nắm bắt tâm tình của người viết thay đổi theo tiến trình của thời gian.	・Nói chuyện, tán gẫu và tiến hành hội thoại trong tình huống giao tiếp xã giao hàng ngày. ・Kể lại một câu chuyện thú vị
Các mẫu lí giải	1．〜たて 2．たとえ〜ても 3．〜たりしない	5．…んだって？
Các mẫu thực hành	4．〜ほど	6．〜ながら 7．つまり、…という/ってことだ 8．…よね。
Bài 14	海外で日本のテレビアニメが受けるわけ (Tại sao phim hoạt hình truyền hình của Nhật Bản được đón nhận ở nước ngoài?)	謎の美女と宇宙の旅に出るっていう話 (Câu chuyện về chuyến đi vào vũ trụ với người con gái đẹp bí ẩn)
Mục tiêu bài học	・Đọc bài bình luận. ・Vừa đọc vừa tìm lí do. ・Nắm bắt mối liên hệ giữa 2 sự việc.	・Kể một câu chuyện. ・Khuyến khích ai đó nói. ・Đồng cảm với ai đó và nói cảm tưởng của bạn.
Các mẫu lí giải	1．〜際 2．〜といった 3．〜に（も）わたって	10．…っけ？ 11．〜げ
Các mẫu thực hành	4．〜うちに	

	5．～にとって 6．～とは 7．～において 8．…わけだ 9．…のではないだろうか	
Bài 15	働かない「働きアリ」 (Chú kiến thợ không làm việc)	イルワンさんの右に出る人はいないということです (Không ai hơn IIwan)
Mục tiêu bài học	・Đọc đoạn văn chú thích. ・Đọc đoạn văn biểu đạt điều kiện và kết quả.	・Kết nối câu chuyện, cắt câu chuyện giữa chừng. ・Khen tặng, khiêm tốn.
Các mẫu lí giải	1．…という 2．～たびに	7．…ほどのものじゃない 8．～だけでなく
Các mẫu thực hành	3．～に関する 4．…わけではない 5．…のではないか 6．…のだ（nói cách khác）	9．～といえば
Bài 16	個人情報流出 (Rò rỉ thông tin cá nhân)	不幸中の幸いだよ (Đó là điều may mắn trong lúc không may này rồi đấy)
Mục tiêu bài học	・Đọc bài báo (trang tin xã hội). ・Nắm nhanh tổng quan của bài báo. ・Nắm bắt các quan hệ sự thật.	・Nói về các trải nghiệm khó khăn. ・An ủi, làm cho ai đó vui.
Các mẫu lí giải	1．～に応じる・～に応じて 2．～によって 3．～とみられる 4．…としている	8．あんまり…から
Các mẫu thực hành	5．～にもかかわらず 6．…とともに 7．～たところ	9．…ところだった 10．～に限って

Bài 17	暦（こよみ） (Lịch)	もうお兄（にい）ちゃんだね (Cháu đã là anh trai rồi nhỉ?)
Mục tiêu bài học	・Đọc lời chú thích. ・Đọc giai thoại liên quan đến sự việc.	・Sử dụng đúng cách xưng hô phù hợp với mỗi đối tượng khác nhau. ・Sử dụng đúng kiểu nói chuyện phù hợp với mỗi đối tượng khác nhau.
Các mẫu lí giải	1．〜からなる 2．〜としては 3．〜上（じょう） 4．〜により	7．〜てはじめて 8．〜ったら
Các mẫu thực hành	5．〜ことから 6．〜ざるを得（え）ない	9．〜にしては 10．…からには 11．〜でしょ。
Bài 18	鉛筆削り（えんぴつけずり）（あるいは幸運（こううん）としての渡辺（わたなべ）昇（のぼる）①） (Cái gọt bút chì (hay Watanabe Noboru người mang may mắn ①))	あなたこそ、あの本の山はいったい何（なん）なの！ (Anh thì sao nào? Cả núi sách kia rốt cuộc là gì vậy!)
Mục tiêu bài học	・Đọc cuốn tiểu thuyết. ・Vừa theo sát những hành động và diễn biến nội tâm của nhân vật vừa có những lí giải một cách tự do.	・Phàn nàn hoặc cãi lại. ・Hàn gắn quan hệ bằng cách xin lỗi hoặc thừa nhận đối phương.
Các mẫu lí giải		4．〜た 5．だって、…もの。 6．〜たところで
Các mẫu thực hành	1．…に違（ちが）いない 2．〜に比（くら）べて 3．…ものだ・ものではない	7．〜だって 8．〜こそ
Bài 19	ロボットコンテスト 　　　　　－ものづくりは人づくり－ (Cuộc thi rô bốt – tạo ra vật chất nghĩa là tạo ra con người –)	ちょっと自慢話（じまんばなし）になりますが (Thành ra hơi một chút tự nói về mình, nhưng...)

Mục tiêu bài học	・Tìm hiểu xem điều người viết muốn nói là gì, nắm bắt những sự thật và đánh giá của người viết về chúng. ・Nắm bắt chính xác ý kiến của người viết.		・Trình bày những kinh nghiệm hay cảm tưởng của bản thân một cách ngắn gọn. ・Phát biểu không chuẩn bị trước tại một cuộc tụ họp.
Các mẫu lí giải	１．～を対象に ２．～ばかりでなく		８．決して～ない
Các mẫu thực hành	３．～にほかならない ４．～を通して ５．～から～にかけて ６．～はともかく ７．～ためには		
Bài 20	尺八で日本文化を理解 (Hiểu văn hóa Nhật Bản qua shakuhachi)		なぜ、日本で相撲を取ろうと思われたのですか (Điều gì khiến anh nghĩ đến việc thi đấu sumo ở Nhật Bản?)
Mục tiêu bài học	・Đọc bài báo (trang tin văn hóa). ・Biết về ai đó thông qua tiểu sử.		・Phỏng vấn. ・Cân nhắc trình tự của cuộc phỏng vấn. ・Thông qua việc phỏng vấn để biết anh ta/ cô ta là người như thế nào.
Các mẫu lí giải	１．～のもとで ２．そう ３．…ぞ。 ４．…と同時に		９．～をこめて 10．～ば～だけ
Các mẫu thực hành	５．～しかない ６．～の末 ７．～て以来 ８．…くらい		11．～たとたん（に） 12．～からといって

	Bài 21	日本の誇り、水文化を守れ (Niềm tự hào của Nhật Bản, bảo tồn văn hóa nước)	発表：データに基づいてお話ししたいと思います (Thuyết trình: Tôi muốn trình bày dựa theo dữ liệu)
Mục tiêu bài học		· Đọc câu văn có đưa rõ ý kiến. · Nắm bắt người viết muốn nói gì từ những căn cứ và những ví dụ cụ thể.	· Trình bày bài thuyết trình nói về thông tin dựa trên dữ liệu. · Sử dụng các biểu đồ để giải thích.
Các mẫu lí giải		1．～もせずに 2．～といえども 3．よほど～でも 4．いかに～か	
Các mẫu thực hành		5．…とか。 6．～に言わせれば	7．～に基づいて 8．～と言える 9．一方（で） 10．～に限らず
	Bài 22	私の死亡記事 (Lời cáo phó của tôi)	賛成！ (Tôi tán thành!)
Mục tiêu bài học		· Đọc những nội dung của một lá thư (thư yêu cầu). · Đọc và nắm những suy nghĩ của người viết về cái chết (quan điểm của ông/ bà ấy về cuộc đời và cái chết).	· Thông qua thảo luận để học những kỹ năng trao đổi ý kiến.
Các mẫu lí giải		1．～次第だ 2．～をもって…とする	7．～としても 8．～（よ）うにも～ない 9．～わりに
Các mẫu thực hành		3．～においては 4．～うる 5．…のであろう 6．～と思われる	10．～べきだ 11．～というより

Bài 23	コモンズの悲劇(ひげき) (Bi kịch của mảnh đất công)	スピーチ：一人の地球市民(ちきゅうしみん)として (Hùng biện: Với tư cách là một công dân của trái đất)
Mục tiêu bài học	・Đọc luận văn. ・Nắm bắt những gì người viết muốn nói.	・Hùng biện trước nhiều người. ・Trình bày một cách dễ hiểu những gì mình muốn nói đến với người nghe.
Các mẫu lí giải	1．～に及(およ)ぶ 2．…可能性(かのうせい)がある	6．～ことに 7．～恐(おそ)れのある／がある 8．～までもない
Các mẫu thực hành	3．この～ 4．～上(うえ)で 5．～につれて	9．～がきっかけで・～をきっかけに 10．～をはじめ
Bài 24	型(かた)にはまる (Phù hợp với khuôn khổ)	好奇心(こうきしん)と忍耐力(にんたいりょく)は誰(だれ)にも負(ま)けないつもりです (Tôi tin rằng về tính hiếu kỳ và năng lực nhẫn nại thì tôi không thua ai)
Mục tiêu bài học	・Đọc tùy bút. ・Nắm bắt những gì người viết muốn nói. ・Vừa so sánh vừa đọc.	・Tham gia cuộc phỏng vấn xin việc. ・Quảng bá bản thân với người phỏng vấn mình. ・Trình bày rõ về chuyên môn của mình.
Các mẫu lí giải	1．～ざる～ 2．～から～に至(いた)るまで 3．～きる 4．～ならぬ～	
Các mẫu thực hành	5．～さえ～ば 6．～として～ない 7．～以上（は） 8．～ないかぎり 9．～わけにはいかない／ゆかない 10．～あまり（に）	

Phần 3
Các Mục Ngữ Pháp Mở Rộng

("～" biểu thị những từ, cụm từ như danh từ, "……" biểu thị tương ứng với câu.)

1. Những mẫu câu sử dụng trợ từ phức (được tạo thành từ 2 từ trở trên)

1-1　Nêu những ví dụ cùng loại.

1 ）～にしても

　　Đề cập rằng ngoài "～" còn có những trường hợp tương tự khác.

　① 奥様にしてもご主人がノーベル賞を受賞するとは当日まで知らなかったということです。
　　Đến vợ cũng đã không biết chồng sẽ được nhận giải Nobel cho đến tận ngày trao giải.

　② オーストラリアでは水不足が続いているので、風呂の水ひとつにしても使う量が制限されているらしい。
　　Ở Úc đang liên tục bị thiếu nước nên đến nước bồn tắm cũng bị giới hạn lượng sử dụng.

2 ）～でも～でも……

　　Diễn tả việc những thứ thuộc loại như "～" tất cả đều "……".

　① ワイン買ってきて。赤でも白でもいいけどイタリアのワインね。
　　Cậu mua rượu vang đến nhé. Vang đỏ cũng được vang trắng cũng được nhưng phải là vang Ý nhé.

　② 彼は中国語でも韓国語でも理解できる。
　　Anh ấy có thể hiểu cả tiếng Trung lẫn tiếng Hàn.

3 ）～といい～といい、……

　　Diễn đạt việc cả "～" cả "～" cái nào cũng đều "……".

　① 姉といい兄といい、みんな会社員になってしまった。父の店を守るのは私以外にいない。
　　Cả chị gái lẫn anh trai tôi mọi người đều đã trở thành nhân viên công ty. Ngoài tôi ra sẽ không có ai duy trì cửa hàng của bố.

　② ここは、味といいサービスといい、最高のレストランだ。
　　Đây là một nhà hàng tuyệt vời, cả về hương vị lẫn dịch vụ.

4 ）～というような／といったような／といった……

　　Nêu lên "～" là ví dụ cho "……".

　① 私は金閣寺というような派手なお寺より、三千院といったような地味なお寺のほうが好きだ。
　　Tôi thích những ngôi chùa mộc mạc như Sanzen-in hơn là những ngôi chùa sặc sỡ như Kinkakuji.

　② 医師からの説明は、入院前、手術前、手術後といった段階で丁寧にいたします。
　　Bác sĩ sẽ giải thích cẩn thận mọi thứ theo mỗi giai đoạn chẳng hạn như giai đoạn trước khi nhập viện, giai đoạn trước khi phẫu thuật, giai đoạn sau khi phẫu thuật.

　③ 移民を受け入れるには、彼らの人権をどのように守るのかといったような問題を解決しなければならない。
　　Đối với việc tiếp nhận dân nhập cư, cần thiết phải giải quyết các vấn đề như là sẽ bảo vệ vấn đề nhân quyền của họ như thế nào.

5）〜にしても〜にしても／〜にしろ〜にしろ／〜にせよ……

Diễn đạt việc "〜" là ví dụ cho "……", tất cả các ví dụ đều tương ứng với "……".

Khi dùng chung với nghi vấn từ thì có nghĩa là「〜するときはいつも」.

Khi dùng lặp lại thì có nghĩa là「〜の場合でも、〜の場合でも」.

① ローマにしてもアテネにしても、古代遺跡が多く残る都市では地下鉄をつくるのに時間がかかる。
Dù là Rome, Athens hay bất cứ nơi nào, sẽ mất nhiều thời gian để xây dựng một tuyến tàu điện ngầm ở một thành phố mà nhiều di tích cổ còn sót lại.

② この先生のゼミに入るためには、中国語にしろ、韓国語にしろ、アジアの言葉を最低1つ勉強しなければならない。
Để tham dự vào giờ thảo luận của giáo viên này cần phải học ít nhất 1 ngoại ngữ Châu Á như là tiếng Trung hoặc tiếng Hàn.

③ 何を食べるにせよ、栄養のバランスを考えることが必要だ。
Bất kể là ăn gì thì luôn cần suy nghĩ đến vấn đề cân bằng dinh dưỡng.

④ 出席するにせよ、欠席するにせよ、返事をメールで知らせてください。
Dù sẽ có mặt hay vắng mặt thì cũng hãy trả lời lại qua email.

1-2 Đưa ra các ví dụ cực đoan.

1）〜さえ……

Diễn đạt việc "〜" là các ví dụ mang tính cực đoan, ngoài "〜" ra thì tất cả đều đương nhiên "……".

① この病気のことは家族にさえ相談できない。
Về căn bệnh này tôi không thể trao đổi ngay với cả gia đình mình.

② あの当時はお金がなくて、インスタントラーメンさえ買えなかった。
Thời đó không có tiền, đến cả mì ăn liền tôi cũng không mua nổi.

1-3 Giới hạn lại ở 1 điều gì đó.

1）〜は〜にかぎる　＝　〜は〜が一番だ

"〜" thì "〜" là nhất

① 疲れたときは寝るにかぎる。
Khi mệt thì chỉ có ngủ là nhất.

② 和菓子は京都にかぎる。
Bánh kẹo Nhật truyền thống thì ở Kyoto là nhất.

1-4　Nêu nguyên nhân, lý do.

1)　〜とあって……　＝　〜ということを考えると、……のは当然だ

Nếu nghĩ đến việc "〜" thì "……" là đương nhiên.

① さすがに大学院生とあって、どの論文を読めばいいか、よく知っている。
Vì là sinh viên cao học, cô ấy hiểu rất rõ cần phải đọc luận văn nào.

② 水曜日は女性が割引料金で見られるとあって、映画館は仕事帰りの女性ばかりだ。
Vì là thứ tư phụ nữ có thể xem phim giảm giá nên rạp chiếu phim đầy những phụ nữ đi làm về ghé xem.

2)　〜につき　＝　〜という事情があるので

Vì có lý do là "〜"

① 工事中につきバス停の場所を移動しました。
Vì đang thi công nên đã chuyển trạm xe buýt đi chỗ khác.

② 来週の月曜日は祝日につき図書館は休館といたします。
Vì thứ hai tuần sau là ngày lễ nên thư viện xin phép được đóng cửa.

3)　〜ばかりに

Bày tỏ với cảm xúc rằng "〜" là nguyên nhân khiến xảy ra kết quả xấu.

① 携帯電話を家に忘れてきてしまったばかりに、待ち合わせをした友達に会えなかった。
Cũng vì quên mất điện thoại di động ở nhà mà tôi đã không thể gặp được người bạn đã hẹn.

② 英語ができないばかりに、なかなか就職が決まらない。
Cũng vì không biết tiếng Anh nên tôi mãi mà vẫn chưa tìm được việc làm.

③ 子どもの病気を治したいばかりに、父親は無理をして働き、とうとう病気になってしまった。
Cũng vì muốn chữa khỏi bệnh cho con mà người bố đã làm việc quá sức để rồi cuối cùng bị mắc bệnh.

1-5　Đưa ví dụ minh hoạ.

1)　〜やら〜やら　＝　〜や〜など

① 急な入院だったので、パジャマやらタオルやらを家に取りに帰る時間もなかった。
Vì nhập viện khẩn cấp nên tôi đã không có thời gian để về nhà lấy những đồ dùng như pijama, khăn tắm.

② 押すやら引くやらいろいろやってみたが、このドアはいっこうに開かない。
Tôi đã thử làm mọi cách như đẩy, kéo mà cái cửa này hoàn toàn chẳng mở ra.

2)　〜も……なら、〜も……

Diễn đạt việc đối với "〜" thì cái nào cũng có mặt "……".

① 研究者にとって「しつこさ」も長所なら、「あきらめの早さ」も長所だ。場合によって、この2つを使い分ける必要がある。
Đối với một nhà nghiên cứu thì cả "sự cố chấp" và "sự sớm từ bỏ" đều là điểm mạnh. Tùy trường hợp mà sử dụng phù hợp một trong hai thế mạnh này.

② 医者が１人しかいないクリニックも病院なら、何十もの診療科がある総合病院も病院である。自分の病状に合わせて病院を選ぶことが必要だ。
Những phòng khám chỉ có 1 bác sĩ và những bệnh viện đa khoa với hàng chục khoa điều trị thì cũng đều là bệnh viện cả thôi. Việc lựa chọn bệnh viện phù hợp với bệnh tình của mình là cần thiết.

1-6 Nêu so sánh.

１）～と違って……

Diễn đạt việc "……" khác với "～".

① 彼女はおしゃべりな姉と違って、無口な女性だ。
Khác với cô chị thích tám chuyện, cô ấy là người rất ít nói.

② 最後の問題はそれまでの問題と違ってかなり難しい。
Khác với các câu từ đầu đến giờ, câu cuối cùng khá khó.

２）～のに対して、……

Diễn đạt việc "～" đối lập với "……".

① 東日本で濃い味が好まれるのに対して、西日本では薄味が好まれる。
Ngược với vùng phía đông Nhật Bản ưa vị đậm thì phía tây Nhật bản lại ưa vị nhạt hơn.

② 女性が楽観的なのに対して、男性は悲観的だという調査がある。
Có một điều tra chỉ ra rằng ngược với nữ giới có tính lạc quan thì nam giới lại có tính bi quan.

③ 都市の人口は増えているのに対して、農村の人口は減ってきている。
Ngược với dân số đô thị đang tăng lên thì dân số ở các vùng nông thôn lại đang giảm đi.

３）～反面

Diễn đạt mặt khác hay mặt đối lập trái với "～" mà một sự việc nào đó đang mang.

① 工業の発展は人類の生活を豊かにした反面、美しい自然を破壊することにつながった。
Sự phát triển của công nghiệp làm cho cuộc sống con người thêm sung túc, mặc khác nó cũng dẫn đến việc tàn phá tự nhiên tươi đẹp.

② 就職して経済的には落ち着いた反面、自由な時間が少なくなり、読みたい本を読む暇もない。
Sau khi đi làm thì ổn định về mặt kinh tế nhưng mặt khác thời gian tự do lại ít đi, và không có cả thời gian để đọc những quyển sách yêu thích.

③ 彼女は自信家でプライドが高い反面、傷つきやすく、他人の評価を気にする性格だった。
Cô ấy là người rất tự tin và tự trọng cao nhưng mặt khác lại là người dễ tổn thương và hay để ý đến đánh giá của người khác.

1-7 Từ một tình huống hay sự thật nào đó, bày tỏ cảm xúc rằng đó là việc đương nhiên nên làm, là trạng thái có thể hiểu được.

1) ～のだから

Từ một tình huống hay sự thật nào đó nêu lên trạng thái đương nhiên phải làm hoặc phải như vậy.

① 自分で決めたのだから、最後まであきらめずに頑張りなさい。
Vì bạn đã tự mình quyết định nên đừng bỏ cuộc mà hãy cố gắng đến cùng.

② まだ小学1年生なんだから、漢字で書けなくても仕方がない。
Vì mới là học sinh lớp 1 nên không thể viết được bằng chữ Hán cũng đúng thôi.

③ 急いでください。時間がないんですから。
Nhanh lên nào. Không có thời gian đâu.

2) ～だけあって

Nêu lên sự đánh giá (tốt) đúng với dự đoán từ một tình huống, sự thật nào đó.

① 建築家の自宅だけあって、おしゃれで機能的につくられている。
Vì là nhà riêng của kiến trúc sư nên được xây dựng với nhiều tính năng và rất lộng lẫy.

② ブランドもののハンドバッグは高いだけあって、品質がいい。
Túi xách hàng hiệu vốn đắt nên chất lượng cũng rất tốt.

③ スミスさんは20年以上日本に住んでいるだけあって、日本語はぺらぺらだ。
Anh Smith vì đã sống ở Nhật hơn 20 năm nên tiếng Nhật rất lưu loát.

3) ～だけに

Nêu lên sự đánh giá (tốt hoặc xấu) đúng với dự đoán từ một tình huống, sự thật nào đó.

① 若いだけに、なんでもすぐに覚えられる。
Vì còn trẻ nên cái gì cũng nhớ được ngay.

② きっと合格すると期待していただけに、不合格の知らせにがっかりした。
Vì kì vọng rằng nhất định sẽ đỗ nên tôi đã rất thất vọng với tin báo rớt.

1-8 Mang ý biểu thị một lý do, nguyên nhân không xác thực.

1) ～からか

Diễn tả một nguyên nhân, lý do không xác thực.

① 日曜日の午後だからか、デパートはいつもより込んでいた。
Hình như vì là chiều thứ 7 nên trung tâm thương mại đông hơn bình thường.

② 忙しいからか、お金がないからか、最近田中さんがゴルフに来なくなった。
Hình như vì bận hay vì không có tiền mà gần đây anh Tanaka không đến chơi gôn.

③ 昨晩、遅く寝たからか、職場に来てもまだ眠い。
Hình như vì tối qua ngủ muộn nên đến chỗ làm rồi tôi vẫn buồn ngủ.

④ 寝不足からか、一日中、頭が痛かった。
Hình như vì thiếu ngủ hay sao ấy mà tôi lại thấy đau đầu cả ngày.

2) 〜ためか

Biểu thị nguyên nhân, lý do không xác thực.

① 大雨のためか、電車のダイヤが大幅に乱れている。
Có lẽ vì mưa to nên kế hoạch giờ chạy của tàu điện bị xáo trộn lớn.

② インフルエンザがはやっているためか、病院の待合室は混雑していた。
Có lẽ vì đang có dịch cúm nên phòng chờ của bệnh viện đông nghẹt người.

＊ cũng có trường hợp 「ため」 mang nghĩa chỉ mục đích.
・李さんは、留学資金を貯めるためか、毎日 3 時間以上もアルバイトしている。
Anh Lee có lẽ để tiết kiệm tiền đi du học nên mỗi ngày đều làm thêm hơn 3 tiếng.

3) 〜のか

Diễn đạt việc không biết có đúng thật không nhưng có lẽ đấy là nguyên nhân.

① 忙しいのか、最近、田中君から連絡が来ない。
Không biết có phải vì bận không mà dạo gần đây anh Tanaka không thấy liên lạc đến.

② どこか具合でも悪いのか、朝から渡辺さんは元気がない。
Không biết có phải vì có chỗ nào không ổn không mà từ sáng giờ trông cô Watanabe không khoẻ tí nào.

③ 誰かとけんかでもしたのか、娘が学校へ行きたくないと言った。
Không hiểu có phải đã cãi nhau với bạn nào không mà con gái tôi lại bảo là không muốn đi học.

1-9 Diễn tả sự trái ngược.

1) 〜ものの

Nêu lên trạng thái ngược với sự kỳ vọng hoặc dự đoán, hay trạng thái đối lập về ý nghĩa.

① 一生懸命頼んでみたものの、結局引き受けてはもらえなかった。
Dẫu đã thử cố gắng nhờ nhưng rốt cuộc vẫn không được nhận lời.

② たまには家族で旅行したいものの、忙しくて計画も立てられない。
Dù đôi lúc muốn đi du lịch cả gia đình nhưng vì quá bận mà ngay cả kế hoạch đi cũng không thể lên được.

③ 市内から空港までは、数は少ないものの、バスの直行便がある。
Dẫu ít chuyến nhưng cũng có xe buýt chạy thẳng từ nội thành ra sân bay.

2) ～とはいうものの

   Diễn tả việc rằng theo ngôn từ thì đúng vậy nhưng sự thật thì lại khác.

   ① 株式会社とはいうものの、社員は5人しかいない。
   Dù gọi là công ty cổ phần nhưng nhân viên chỉ có mỗi 5 người.

   ② 「酒は百薬の長」とはいうものの、飲み過ぎは健康に悪い。
   Dù nói "rượu là vua của các loại thuốc" nhưng uống quá độ thì sẽ hại sức khỏe

   ③ 退院したとはいうものの、まだときどき痛みがある。
   Dù nói là đã xuất viện nhưng thỉnh thoảng vẫn thấy đau.

3) ～どころか

   Diễn tả việc sự thật hoàn toàn khác, trái với những dự đoán, ý kiến nhận định.

   ① 夕方になっても雨は止むどころか、ますます激しくなった。
   Đến chiều tối mưa không những không tạnh mà còn to hơn nữa.

   ② コンサートには観客が100人くらいは来るだろうと思っていたが、100人どころか20人しか来なかった。
   Tôi đã nghĩ rằng có lẽ sẽ có khoảng 100 khách đến nghe buổi hòa nhạc, nhưng không những không được 100 mà chỉ có vỏn vẹn 20 người đến.

   ③ コンサートには観客が100人くらいは来るだろうと思っていたが、100人どころか200人も来た。
   Tôi đã nghĩ rằng có lẽ sẽ có khoảng 100 khách đến nghe buổi hòa nhạc, nhưng thực tế thì không chỉ 100 người mà đã có đến 200 người đến.

4) ～くせに

   Nêu lên điều trái ngược với điều được dự đoán dựa trên năng lực hoặc tính cách, v.v… của một người nào đó, và bày tỏ sự phê phán, bất mãn đối với người đó.

   ① 兄は自分では料理が作れないくせに、いつも他の人が作った料理に文句を言う。
   Anh trai tôi không biết nấu ăn nhưng lúc nào cũng phàn nàn món ăn người khác nấu.

   ② 田中さんは、明日試験があることを知っていたくせに、教えてくれなかった。
   Anh Tanaka biết ngày mai có kì thi nhưng đã không nói cho tôi.

   ③ 弟は、まだ未成年のくせに、お酒を飲もうとして叱られた。
   Em trai tôi chưa đến tuổi trưởng thành nhưng lại định uống rượu nên đã bị mắng.

5) ～といっても

   Diễn tả điều nêu ở phía trước không đến mức độ như vậy.

   ① 英語が話せるといっても、日常会話に困らない程度です。
   Dù là tôi có thể nói tiếng Anh nhưng cũng chỉ ở mức không gặp khó khăn trong giao tiếp thường ngày mà thôi.

   ② 東京でも毎年、雪が降る。降るといっても数センチ積もる程度だが。
   Ở Tokyo cũng có tuyết rơi hàng năm. Nhưng dù tuyết rơi đi nữa cũng chỉ ở mức tích lại dày vài cm thôi.

   ③ 社長といっても、社員10人ほどの小さな会社の社長なんです。
   Dù tôi là giám đốc, nhưng cũng chỉ là giám đốc của công ty nhỏ khoảng 10 nhân viên thôi.

6) ～にしろ／にせよ

Diễn tả ý "Dù sự việc nào đó là sự thật nhưng mà…".

① 病院へ行くほどではないにしろ、風邪をひいて体がだるい。

Dù quả thật là không đến mức phải đi bệnh viện, nhưng vì bị cảm mà cơ thể uể oải quá.

② ほんの短い期間であったにせよ、海外で一人暮らしを経験できたことはよかった。

Dù thật sự chỉ là một thời gian rất ngắn nhưng việc đã trải nghiệm được cuộc sống một mình ở nước ngoài thật là hay.

1-10 Diễn tả điều kiện.

1) ～ては

Diễn tả việc nếu làm cho một tình huống nào đó trở thành hiện thực thì sẽ gây ra hậu quả không tốt (vì thế không nên làm vậy).

① 全員が参加しては、会場に入りきれなくなる。

Nếu tất cả mọi người đều tham gia thì hội trường sẽ không chứa đủ.

② 全員が協力しなくては、パーティーは成功しません。

Nếu mọi người không hợp sức thì bữa tiệc sẽ không thể thành công.

③ あわてては、普段できることも失敗しますよ。落ち着いてください。

Nếu hốt hoảng thì những việc thường ngày làm tốt cũng có thể thất bại đấy. Bình tĩnh đi nào.

* Còn có nghĩa lặp đi lặp lại hành động.

・手紙を何度も書いては直した。

Tôi đã viết, rồi lại sửa bức thư nhiều lần.

・書いては直し、書いては直し、やっとレポートを完成させた。

Viết rồi lại sửa, viết rồi lại sửa, cuối cùng cũng đã hoàn thành bài báo cáo.

2) ～てみろ

Diễn tả việc nếu thực hiện một tình huống nào đó thì sẽ gây ra một kết quả không tốt (Nên đừng làm như vậy).

① 約束を破ってみろ、絶対に許さないからな。

Cứ thử phá vỡ lời hứa xem, mình tuyệt đối không tha thứ đâu.

② 全員が参加してみろ、会場があふれてしまうよ。

Tất cả cứ thử tham gia hết đi, rồi thế nào cũng chật ních cả hội trường cho xem.

3) ～てからでないと

Diễn tả rằng điều mà mình đang muốn thực hiện sớm chỉ bắt đầu thực hiện được sau khi một sự kiện nào đó đã xảy ra.

① 病気になってからでないと、健康のありがたみは分からない。

Nếu không bị ốm thì sẽ không hiểu được giá trị của sức khỏe.

② 高校を卒業してからでないと、アルバイトをやらせてもらえなかった。

Nếu không phải đã tốt nghiệp thì sẽ không được cho làm thêm.

4) ～次第

   Nêu lên hành động xảy ra ngay sau khi "～" được thực hiện.

   ① パソコンは修理が終わり次第、お送りします。

   Ngay sau khi máy tính sửa xong tôi xin gửi ngay.

   ② 落とし物が見つかり次第、こちらからお電話します。

   Ngay sau khi tìm được đồ đánh rơi chúng tôi sẽ gọi điện thoại.

5) ～次第で

   Diễn tả mối liên quan giữa việc nếu càng làm "～" thì sẽ càng tăng tỉ lệ đạt được kết quả.

   ① 努力次第で、夢は実現する。

   Ước mơ có thực hiện được hay không được là tùy vào nỗ lực.

   ② 教師のアイディア次第で、生徒の学力は伸びる。

   Năng lực của học sinh có phát triển được hay không là tùy vào ý tưởng giảng dạy của giáo viên.

6) ～としたら／とすれば／とすると

   Sử dụng trong trường hợp giả định dù không rõ "～" có xảy ra hay không.

   ① クラス全員が来るとしたら、いすが3つ足りない。隣の教室から持ってこよう。

   Giả như mọi người đều đến thì sẽ thiếu 3 chiếc ghế. Mang từ phòng học bên cạnh sang thôi.

   ② 天気予報のとおりに明日大雨だとすると、花見の予定は変更しなければならない。

   Giả như đúng như dự báo thời tiết ngày mai trời mưa to thì đành phải thay đổi kế hoạch đi ngắm hoa thôi.

7) ～ものなら

   Diễn tả một việc gì đó gần như không có khả năng nhưng nếu có thể thực hiện thì…. Trong trường hợp được dùng theo mẫu "thể ý chí + ものなら" thì mang nghĩa là "Nếu chuyện đó xảy ra thật thì sau đó sẽ có chuyện rắc rối".

   ① 国の母が入院した。できるものなら今すぐにも帰りたい。

   Mẹ tôi ở quê nhà đã nhập viện. Nếu có thể thì bây giờ tôi muốn về nước ngay lập tức.

   ② プライドの高い佐藤さんを少しでも批判しようものなら、彼は怒るだろう。

   Nếu phê bình dù chỉ một chút người đầy kiêu hãnh như anh Sato, thì chắc chắn anh ấy sẽ nổi giận.

1-11 Diễn tả thời gian (một khoảng thời gian tương đối dài, khoảnh khắc, trường hợp nào đó, ...).

1) ～てからというもの

   Diễn tả trạng thái hoàn toàn khác hẳn với lúc trước, sau khi một sự kiện nào đó đã xảy ra.

   ① 大地震が起こってからというもの、いつも地面が揺れているような気がする。

   Từ sau khi xảy ra trận động đất lớn thì lúc nào tôi cũng có cảm giác mặt đất đang rung.

   ② 退職してからというもの、暇で仕方がない。

   Từ sau khi nghỉ hưu, tôi rảnh hết sức.

2) ～(か)と思ったら／と思うと

Biểu đạt rằng sau một sự việc nào đó, đã ngay lập tức xảy ra hoặc nhận ra một việc ngoài dự đoán khác.

① 息子は「ただいま」と言ったと思ったら、もうベッドで横になっていた。
Con trai tôi vừa nói "con về đây", đã thấy leo lên giường nằm rồi.

② 母はテレビを見ながら泣いていると思ったら、突然笑い始めた。
Mẹ tôi vừa mới xem tivi vừa khóc đó lại đột nhiên bắt đầu cười rồi.

③ この地方の秋は短い。紅葉が始まったと思うとすぐ雪が降り始める。
Mùa thu ở vùng này rất ngắn. Mùa lá đỏ vừa mới bắt đầu đã ngay lập tức thấy có tuyết rơi rồi.

3) ～か～ないかのうちに

Diễn tả việc hầu như không có khoảng thời gian trống.

① 彼は宝石を手に取って見るか見ないかのうちにその価値を言い当ててしまう。
Anh ấy vừa cầm viên đá quý lên tay nhìn đã ngay lập tức đoán giá của nó rồi.

② 私が意見を言い終わるか言い終わらないかのうちに、他の人も次々意見を言い始めた。
Ngay khi tôi vừa nói xong ý kiến, những người khác cũng liền bắt đầu liên tiếp nêu ý kiến.

4) ～に際して

Được sử dụng như là thể trang trọng của 「～のときに」.

① この試験を受けるに際して、以下の書類を提出してください。
Khi dự kì thi này xin hãy nộp những hồ sơ dưới đây.

② 政府の能力は、非常事態に際してどのように素早く行動できるかで判断できる。
Có thể phán đoán được năng lực của chính phủ dựa trên khả năng hành động nhanh chóng như thế nào trong những tình huống khẩn cấp.

5) ～にあたって／にあたり

Sử dụng khi nói làm những việc đặc biệt khác với thông thường.

① 留学するにあたって、パスポートとビザを申請した。
Tôi đã xin hộ chiếu và visa khi đi du học

② 物事の決定にあたり、日本ではボトム・アップ方式を取ることが多い。
Khi quyết định một việc nào đó, ở Nhật thường sử dụng phương pháp bottom up (lấy ý kiến từ dưới lên)

1-12 Diễn tả tình trạng phát sinh cùng với (hoặc tiếp theo) một hành vi, hiện tượng nào đó, hoặc diễn tả hành động được tiến hành đồng thời với hành vi, hiện tượng đó.

1) ～ついでに

Nêu lên việc tiến hành một việc khác cùng lúc với việc vốn định làm.

① 買い物のついでに銀行でお金をおろしてきた。
Tiện thể đi mua sắm tôi đã rút tiền ở ngân hàng.

② 友達の結婚式で大阪へ行くついでに、京都に寄ってお寺を見てきたい。
　　Tiện thể đi Osaka tham dự lễ cưới của người bạn, tôi muốn ghé Kyoto ngắm chùa.

2）〜なしで　＝　〜が存在しない状態で

Trong tình trạng không có「〜」.

① コンピューターなしで仕事をするのは難しい。
　　Thật khó để làm việc mà không có máy vi tính.

② 許可なしでこの部屋を使わないでください。
　　Xin không dùng phòng này nếu không có sự cho phép.

3）〜ことなく

Diễn đạt ý " không 〜".

① 日本に来てから大学に入るまで、一日も休むことなく日本語の勉強を続けた。
　　Từ khi tới Nhật đến khi vào đại học, tôi liên tục học tiếng Nhật không nghỉ một ngày.

② 自分が正しいと思うことは、迷うことなくやるべきだ。
　　Việc mà mình nghĩ là đúng đắn thì phải làm không đắn đo.

4）〜つつ／つつも

Diễn đạt việc một chủ thể thực hiện đồng thời hai hành động.「〜つつも」trở thành liên kết ngược nghĩa.

① 高い品質を保ちつつ、価格の安い商品を作ることは簡単なことではない。
　　Việc vừa đảm bảo chất lượng cao, vừa cho ra sản phẩm với giá thành rẻ không phải là điều dễ dàng.

② 会社の先輩は、文句を言いつつも、いつも私の仕事を手伝ってくれた。
　　Đàn anh ở công ty vừa phàn nàn về tôi vừa lúc nào cũng giúp đỡ công việc cho tôi.

5）〜もかまわず　＝　〜を気にしないで

＝ không quan tâm đến「〜」.

① 彼女は化粧が落ちるのもかまわず、泣き続けた。
　　Cô ấy cứ tiếp tục khóc mà không quan tâm đến việc lớp trang điểm bị trôi.

② 彼は周囲の視線もかまわず、彼女を抱きしめた。
　　Cậu ta ôm chặt cô ấy mà không quan tâm đến cái nhìn của mọi người xung quanh.

1-13 Diễn đạt việc rủ rê, chỉ thị, phán đoán dựa trên căn cứ hiểu biết đang có.

1）〜ことだから

Dùng cho những trường hợp rủ rê, chỉ thị hay phán đoán dựa trên căn cứ hiểu biết vốn có hoặc dựa trên một sự kiện nào đó.

① 試験も終わったことだから、みんなで食事に行こう。
　　Vì kỳ thi cũng đã kết thúc rồi nên chúng ta cùng đi ăn thôi.

② いつも遅刻する山本さんのことだから、今日もきっと遅れてくるだろう。
　　Vì là anh Yamamoto người lúc nào cũng đi muộn, nên hôm nay anh ấy chắc chắn cũng đến trễ cho xem.

1-14 Khác.

1）〜に代わって

Diễn đạt việc chủ thể, đối tượng được thay đổi.

① 社長に代わって、部長が来年度の計画をご説明します。
Trưởng phòng sẽ thay giám đốc giải thích về kế hoạch của năm tới.

② ここでは石油に代わる新しい燃料を使っている。
Ở đây sử dụng nguồn nhiên liệu mới thay cho dầu hỏa.

2）〜にこたえて

Diễn đạt việc làm gì đó để đáp lại "〜".

① 大統領は支援者の声援にこたえて手を振った。
Tổng thống vẫy tay đáp lại sự cổ vũ của những người ủng hộ.

② 多くのご要望におこたえして、新製品を開発することになりました。
Chúng tôi đã cho phát triển sản phẩm mới đáp lại yêu cầu của đông đảo quý khách hàng.

3）〜に先立って／に先立ち／に先立つ

Diễn đạt việc làm gì đó trước khi "〜".

① 結婚に先立って両家の親族が食事会を開くことになった。
Trước khi kết hôn gia đình hai bên sẽ tổ chức một bữa dùng cơm với nhau.

② 起業に先立つ資金は親から援助してもらった。
Tiền vốn trước khi khởi nghiệp được hỗ trợ từ bố mẹ.

4）〜にしたがって／にしたがい……

Diễn đạt việc xảy ra sự thay đổi của "……" do bị ảnh hưởng bởi sự thay đổi của "〜".

① 日本での生活が長くなるにしたがって日本の文化にも詳しくなった。
Cùng với việc sống ở Nhật thời gian dài tôi cũng đã hiểu rõ hơn về văn hóa Nhật Bản.

② 食生活の多様化にしたがい、成人病の治療も複雑になってきた。
Cùng với sự đa dạng hóa của đời sống ẩm thực thì việc điều trị những bệnh của người trưởng thành cũng trở nên phức tạp hơn.

5）〜にともなって／にともない／にともなう

Diễn đạt rằng sự thay đổi của "〜" kéo theo sự thay đổi của những cái khác.

① 少子化にともなって小学校の統廃合が進んでいる。
Cùng với việc tỷ lệ sinh giảm thì tình trạng sát nhập của các trường tiểu học cũng tăng lên.

② この国では医学の進歩にともなう高齢化が進んでいる。
Ở đất nước này, cùng với việc y học phát triển thì tỉ lệ người cao tuổi cũng tăng lên.

6）〜に対して（は、も）／に対し

Diễn đạt rõ ràng đối tượng mà hành động, sự quan tâm hướng đến.

① 社員たちは社長に対して給料を上げてほしいと訴えた。
Nhân viên đã khiếu nại lên giám đốc yêu cầu tăng lương.

② 田中さんに対する部長のものの言い方は厳しすぎる。
Cách nói của trưởng phòng đối với anh Tanaka quá là khắt khe.

7) **～を契機に（して）／を契機として……**

Diễn đạt việc "……" xảy ra là xuất phát từ nguyên do "～".

① オリンピックの開催を契機として都市整備が急ピッチで進められた。
Nhân dịp tổ chức Olympic, việc chỉnh trang cơ sở vật chất của thành phố được đẩy nhanh.

② 県大会での優勝を契機に今度は全国大会での優勝を目指す。
Nhân chiến thắng ở Đại hội thể thao tỉnh, lần này chúng tôi sẽ hướng đến giành chiến thắng ở Đại hội thể thao toàn quốc.

8) **～をもとに(して)……**

Biểu đạt nguyên liệu, căn cứ của "……" là từ "～". Ở phần "……" thường sử dụng các động từ như sản xuất, quyết định, thực thi….

① 実話をもとにして映画を作った。
Chúng tôi đã dựng phim dựa trên câu chuyện có thật.

② 社員の営業成績をもとに翌年の売上げ目標を決める。
Quyết định mục tiêu bán hàng của năm tới dựa trên thành tích kinh doanh của nhân viên.

9) **～たあげく……**

Diễn đạt việc sau khi trải qua nhiều vất vả, khổ cực trong một thời gian dài cuối cùng đã diễn ra "……".

① 妹の結婚祝いは、あれにしようかこれにしようかとさんざん迷ったあげく、現金を贈ることにした。
Sau khi phân vân không biết chọn cái này hay cái kia làm quà mừng cưới cho em gái, cuối cùng tôi quyết định gửi tiền mừng.

② 兄は何度も入学試験に失敗したあげく、とうとう大学への進学をあきらめてしまった。
Anh trai tôi sau bao lần thất bại trong kỳ thi nhập học cuối cùng cũng đã từ bỏ việc học lên đại học.

10) **～うえ／うえに**

Diễn đạt việc một trạng thái, sự việc nào đó bị chồng chất thêm một trạng thái, sự việc đồng dạng.

① 東京の賃貸マンションは狭いうえ値段も高い。
Căn hộ cho thuê ở Tokyo đã hẹp mà giá lại còn đắt.

② 子どもが急に熱を出したうえに、自分も風邪気味で、仕事を休まなければならなくなった。
Con tôi đột nhiên bị sốt cao mà tôi cũng có cảm giác bị cảm nên đành phải nghỉ làm.

11) **～かわりに**

Diễn đạt việc làm điều khác với "～", trở thành một trạng thái khác với "～".

① 授業料を免除されるかわりに、学校の事務の仕事を手伝うことになった。
Thay cho việc được miễn tiền học phí, tôi phải giúp các công việc tạp vụ hành chính trong trường.

② 私のマンションの1階にはコンビニがあって、便利なかわりに、人がいつも通って、少しうるさい。
Ở tầng một chung cư của tôi có cửa hàng tiện lợi, thay vì thuận tiện thì vì lúc nào cũng có người ra vào nên hơi ồn ào.

12) ～にかけては……

Diễn đạt rằng sự đánh giá "……" dù được giới hạn trong trường hợp "～" nhưng rất nổi bật.

① この子は暗算が得意で、そのスピードにかけてはコンピューターにも負けないくらいだ。
Đứa trẻ này rất giỏi tính nhẩm, về mặt tốc độ này thì không thua thì máy tính cả.

② 福井県はメガネの生産にかけては全国一を誇っている。
Tỉnh Fukui tự hào đứng nhất Nhật Bản về mặt sản xuất mắt kính.

13) ～にしたら／にすれば

Diễn đạt nếu đứng trên lập trường "～" thì.

① 子どもにしたらビールは単なる苦い飲み物でしかない。
Đối với trẻ con thì bia chỉ đơn giản là thứ đồ uống đắng ngắt mà thôi.

② このカレーの辛さは大人にすれば何でもないが、子どもにはとても食べられない。
Vị cay của món cà ri này nếu đối với người lớn thì không là gì nhưng đối với trẻ em thì khó ăn nổi.

14) ～に反して／に反し

Diễn đạt việc trái với ý chí của "～".

① 周囲の期待に反して、結局彼らは結婚しなかった。
Trái với kỳ vọng của mọi người xung quanh, rốt cuộc họ đã không kết hôn.

② あの政党は市民の意思に反するマニフェストを掲げている。
Đảng phái đó nêu lên tuyên ngôn trái với ý chí của người dân.

15) ～ぬきで／ぬきに／ぬきの、～をぬきにして（は）

Diễn đạt việc điều đáng lẽ phải có là "～", thì không có.

① 堅苦しいことはぬきにして、ざっくばらんに話しましょう。
Chúng ta hãy nói chuyện thật thẳng thắn thoải mái, bỏ qua những nghi thức câu nệ đi nhé.

② ワサビぬきのお寿司なんて食べたくない。
Tôi chẳng muốn ăn loại Sushi mà không có mù tạc.

16) ～を問わず……

Diễn đạt việc "……" không liên quan đến sự khác nhau của "～".

① この店ではメーカー・車種を問わず高額でバイクの買い取りを行っている。
Cửa hàng này mua lại xe máy với giá cao không kể hãng sản xuất, chủng loại.

② この試験は国籍を問わず誰でも受けられます。
Kỳ thi này ai cũng có thể tham gia bất kể thuộc quốc tịch nào.

17) ～を中心に（して）／を中心として……

Diễn đạt việc "……" với trọng tâm là "～".

① 今回、日本経済の停滞の原因を中心に調査が行われた。
Lần này, cuộc khảo sát đã được tiến hành tập trung vào tìm hiểu nguyên nhân trì trệ của nên kinh tế Nhật Bản.

② この大学は医学部を中心とした理系の学部が人気だ。
Trường đại học này nổi tiếng với các khoa tự nhiên mà trọng tâm là Khoa Y.

18) **～はもちろん／はもとより～も**

Đưa ra thứ đương nhiên là "～", thêm vào đó là thứ mà bình thường không bao gồm như "……" cũng được bao gồm ở đây.

① ディズニーランドは、子どもはもちろん大人も楽しめる。
Ở Disneyland thì không chỉ trẻ em mà cả người lớn cũng có thể vui chơi.

② 京都には和食はもとより洋食のおいしいレストランも多い。
Ở Kyoto có không chỉ nhiều nhà hàng món Nhật ngon mà còn có nhiều nhà hàng món Tây ngon nữa.

19) **～をめぐって……**

Diễn đạt vì nguyên nhân "～" hay việc có liên quan với nó làm nảy sinh "……".

① 墓地の建設をめぐって周辺の住民が反対運動を起こしている。
Người dân sống ở xung quanh đã vận động phản đối liên quan đến vấn đề xây dựng khu nghĩa trang.

② 父親の遺産をめぐって長男と次男が法廷で争っている。
Người con trai cả và người con trai thứ tranh chấp ở tòa án liên quan đến việc thừa kế tài sản của bố.

20) **～につけ／につけて／につけても……**

Diễn đạt việc khi làm "～" thì lúc nào cũng "……".

① この写真を見るにつけ昔のことを思い出す。
Cứ hễ nhìn tấm ảnh này tôi lại nhớ về chuyện ngày xưa.

② 何事につけ真心をこめて丁寧に対応していれば、客に文句を言われることはない。
Bất kể là chuyện gì đi nữa nếu thành tâm ứng phó lịch sự thì sẽ không có chuyện bị khách phàn nàn.

2. Những mẫu câu diễn đạt sử dụng từ nối (P:Câu trước từ nối Q: Câu sau từ nối).

2-1 Dùng trong quan hệ liên kết thuận (nguyên nhân - lý do, kết luận).

1) **したがって**

Dựa trên căn cứ P nêu lên phán đoán Q. Thường được dùng trong văn phong trang trọng như xã luận.

① この町は人口が減っているだけでなく高齢化も進んでいる。したがって、経済の発展を考えると、若い世代の住民を増やすことが重要だと思う。
Thành phố này không chỉ dân số đang giảm đi mà tỉ lệ người cao tuổi cũng đang tăng lên. Theo đó, nếu xét đến việc phát triển kinh tế thì tôi cho rằng việc tăng hơn nữa số cư dân trẻ ở đây là cần thiết.

② 先月の売上げは約300万円、今月は合計およそ400万円であった。したがって、わずか1か月で30％以上伸びたことになる。
Doanh số bán hàng tháng trước là khoảng 3 triệu yên, tháng này tổng cộng được khoảng 4 triệu yên. Như vậy, chỉ trong vòng vỏn vẹn có 1 tháng đã tăng hơn 30%.

2-2 Dùng trong quan hệ liên kết thuận (điều kiện, kết luận).

1）だとすると／だとすれば／だとしたら

Nếu giả định là P thì kết luận là Q.

① A：天気予報によると明日は大雨になりそうだって。

B：えっ、そう。だとすると、明日のお花見は無理かもしれないね。

A：Theo dự báo thời tiết thì ngày mai trời sẽ mưa to đấy.

B：Hả, thật á? Nếu mà vậy thì buổi ngắm hoa ngày mai có lẽ không được rồi nhỉ.

2-3 Nêu lý do.

1）なぜなら／なぜかというと

Nêu nguyên nhân, lý do P chính là Q.

① 近年、大学生が専門的な勉強に時間をかけられなくなっている。なぜなら、就職が年ごとに厳しくなり、就職活動のため３年生ぐらいからあまり大学に来られなくなるからだ。

Những năm gần đây, sinh viên không thể dành nhiều thời gian cho việc học chuyên môn. Nguyên nhân là vì, việc tìm việc mỗi năm càng khó khăn hơn, vì hoạt động tìm việc mà từ năm 3 các em đã không thể đến trường đại học thường xuyên.

② 仕事は９時からだが、私は８時までに会社に着くように出かける。なぜかというと、早い時間のほうが電車がすいていて快適だからだ。

Công việc bắt đầu từ 9 giờ, nhưng tôi ra khỏi nhà sớm để có thể đến công ty lúc 8 giờ. Nguyên nhân là vì nếu đi sớm thì tàu điện sẽ trống vì thế thoải mái hơn.

2-4 Dùng trong quan hệ liên kết ngược.

1）それなのに

Diễn đạt việc kết quả Q khác với dự đoán từ P. Phần lớn là biểu thị sự ngạc nhiên hoặc bất mãn.

① 試験のためにアルバイトもやめて毎日遅くまで勉強した。それなのに、合格できなかった。

Vì kì thi tôi bỏ cả làm thêm, mỗi ngày đều học đến tối muộn. Vậy mà, đã không đỗ được.

② 田中さんと山本さんは誰からもうらやましがられるカップルだった。それなのに、結婚してからはうまくいかなくて、２年後に離婚してしまった。

Anh Tanaka và chị Yamamoto là cặp đôi mà ai cũng phải ganh tị. Vậy mà, sau khi kết hôn tình cảm không được tốt đẹp, 2 năm sau thì cả hai đã ly hôn mất.

2-5 Nói một cách khác.

1）要するに

Diễn đạt việc nếu nói tóm tắt P đơn giản thì sẽ là Q.

① 渡辺さんは優秀な会社員で、英語と中国語がぺらぺらで、スポーツも料理もできる。要するに、万能の女性だ。

Cô Watanabe là một nhân viên xuất sắc, tiếng Anh và Trung đều thành thạo, cả thể thao lẫn nấu ăn đều làm được. Tóm lại, cô ấy là một phụ nữ toàn năng.

2) **すなわち**

Diễn đạt việc nếu giải thích P bằng từ ngữ khác thì sẽ là Q. Không chỉ được dùng cho câu mà còn có thể dùng cho từ.

① この学部では「スポーツ科学」は必修科目です。すなわち、この科目の単位を取らなければ卒業できないのです。

Ở Khoa này "Khoa học thể thao" là môn học bắt buộc. Nói cách khác, nếu không lấy được tín chỉ môn này sẽ không thể tốt nghiệp được.

② 息子は西暦2000年、すなわち20世紀最後の年に生まれた。

Con trai tôi sinh năm 2000 theo lịch tây, nói cách khác là nó sinh vào năm cuối cùng của thế kỉ 20.

3) **いわば**

= giả dụ nếu thử nói là

① 韓国のチヂミという料理は、いわば日本のお好み焼きのようなものです。

Món Chidimi của Hàn Quốc có thể nói là món giống như món Okonomiyaki của Nhật Bản.

② 昭和は大きく戦前と戦後に分けられる。いわば異なる2つの時代が1つの名前で呼ばれているようなものだ。

Thời Chiêu Hòa được chia rõ ràng thành thời tiền chiến và hậu chiến. Có thể nói là như 2 thời đại riêng biệt được gọi bằng 1 cái tên.

2-6 Thêm vào.

1) **しかも**

Diễn đạt việc ngoài P còn có Q, Q còn có mức độ cao hơn P.

① 山本先生のクラスでは毎回テストがある。しかも、毎回全員の点数が公表される。

Lớp của thầy Yamamoto mỗi buổi đều có bài kiểm tra. Mà hơn nữa, điểm của từng người còn được công bố trong mỗi buổi.

② 卵は安くて調理が簡単な食材だ。しかも、栄養が豊富である。

Trứng là loại thực phẩm rẻ và dễ chế biến. Hơn nữa, nó còn giàu dinh dưỡng.

2) **そればかりでなく／そればかりか**

Diễn đạt việc ngoài P còn có Q, Q còn đáng ngạc nhiên hơn P.

① この地域は夏の間に数回大雨にあった。そればかりでなく、9月には台風によって大きな被害を受けた。

Khu vực này vào thời gian mùa hè đã có mấy lần mưa lớn. Không chỉ vậy, vào tháng 9 còn hứng chịu thiệt hại lớn do bão.

② 太郎君は小学1年生なのに家で留守番ができる。そればかりか、掃除や夕食の買い物までするそうだ。

Bé Taro mới là học sinh lớp 1 nhưng đã có thể trông nhà. Không chỉ vậy, em còn biết dọn nhà và cả đi mua đồ ăn tối nữa.

2-7　Bổ sung.

1）もっとも

Chỉ ra Q là ngoại lệ hay giới hạn của P.

① 次回は校外学習の予定です。もっとも、雨が降ったら中止ですが。
Lần tới dự kiến sẽ là học tập ngoại khóa. Tất nhiên, nếu trời mưa thì sẽ hoãn lại.

② 大学に新しい寮をつくることになり、工事が始まっている。もっとも、完成するのは、私が卒業したあとだそうだ。
Trường đại học sẽ xây dựng thêm khu kí túc xá mới và đã bắt đầu thi công. Tất nhiên, nghe rằng nó sẽ hoàn thành sau khi tôi tốt nghiệp.

2）ただし

Chỉ ra Q là ngoại lệ hay giới hạn của P. Có thể dùng câu mệnh lệnh hay nhờ vả trong Q.

① 定休日は月曜日です。ただし、月曜日が祝日の場合、火曜日になります。
Ngày nghỉ định kỳ là thứ hai. Tuy nhiên, nếu thứ hai là ngày lễ, thì ngày nghỉ định kỳ sẽ chuyển thành thứ 3.

② 夕食まで自由時間です。ただし、外に出るときは必ず連絡してください。
Từ giờ cho đến giờ ăn tối là thời gian tự do. Tuy nhiên, khi đi ra ngoài nhất định phải liên lạc với tôi nhé.

3）なお

Thêm vào Q những thông tin có liên quan với P.

① パーティーは7時から食堂で行いますので、お集まりください。なお、参加費は無料です。
Bữa tiệc sẽ tổ chức từ 7 giờ tại nhà ăn nên xin hãy tập trung tại đó. Hơn nữa, phí tham dự là miễn phí.

2-8　Lựa chọn.

1）それとも

Dùng khi để đối phương lựa chọn P hoặc Q.

① 地下鉄で帰りますか。それとも、タクシーに乗りますか。
Về bằng tàu điện ngầm à? Hay đi taxi?

② コーヒー、飲む？　それとも、お茶？
Uống cà phê nhé? Hay trà?

2-9　Chuyển chủ đề.

1）さて

Dùng khi chuyển sang chuyện khác là Q, có liên quan với P.

① 時間になりましたので、「留学生の集い」を始めます。最後までごゆっくりお楽しみください。さて、ここで問題です。この大学に留学生は何人いるでしょうか。
Vì đã đến giờ rồi nên tôi xin được bắt đầu "Buổi gặp gỡ của các du học sinh". Mong các bạn hãy thoải mái tận hưởng đến cuối cùng. Vậy thì, xin có một câu hỏi ở đây. Tại trường này chúng ta có tất cả bao nhiêu du học sinh?

② 今日予約している店は魚料理がおいしいんですよ。……さて、みなさん揃いましたね。そろそろ出かけましょうか。

Quán đặt hôm nay có các món cá ngon lắm đấy. Vậy là, mọi người đã tập trung đông đủ rồi nhỉ. Chúng ta chuẩn bị xuất phát thôi nào.

2) **それはそうと／それはさておき**

Dùng khi chuyển chủ đề sang Q không có liên quan trực tiếp với P (Q quan trọng hơn P).

① 昨日はひどい天気だったね。せっかくの休みなのにどこへも行けなかったよ。それはそうと、今日、漢字のテストがあるんだっけ？

Thời tiết hôm qua tệ quá nhỉ. Được ngày nghỉ quý giá mà chẳng đi được đâu cả. À mà, hôm nay có kiểm tra chữ Hán phải không nhỉ.

3) **それにしても**

Dùng khi nêu lại chủ đề Q đã từng nói một lần sau chủ đề khác là P.

① 今日は道が込んでるね。…そうそう、宿題やった？ 難しかったよね。半分以上分からなかった。…それにしても、込んでるね。今日は何かあるのかなあ。

Đường phố hôm nay đông quá nhỉ. À này, làm bài tập chưa? Bài tập khó quá nhỉ. Mình không hiểu hơn một nửa. Mà dù sao thì đường đông quá đi. Hôm nay có gì không nhỉ?

3. Diễn đạt bằng cách sử dụng tiếp vĩ ngữ.

1) **～がたい** ＝ ～できない

= không thể "～".

① 社長の意見は理解しがたいものばかりだ。

Ý kiến của giám đốc toàn là những điều khó hiểu nổi.

② 気の弱い田中さんが会長になるなんて信じがたいことだ。

Khó mà tin nổi người nhút nhát như anh Tanaka lại trở thành hội trưởng.

＊ Những ví dụ khác thường được dùng là 想像しがたい・賛成しがたい・言いがたい.

2) **～がちだ**

Diễn đạt một tình trạng không tốt dễ xảy ra.

① この頃山本さんは授業を休みがちだ。それで、成績が下がってきているのだ。

Dạo gần đây Yamamoto thường hay nghỉ học. Vì thế mà thành tích học tập bị giảm sút.

② 人のまねをして書いたレポートはおもしろくないものになりがちだ。

Bài báo cáo viết bắt chước theo người khác thường không thú vị.

＊ Những ví dụ khác thường được dùng là ありがちだ・忘れがちだ・病気がちだ.

3) **～気味だ** ＝ ～する傾向が少しある

= có một chút khuynh hướng "～".

① コーヒー豆の価格が上がり気味だ。

Giá hạt cà phê có khuynh hướng tăng.

② 最近ちょっと太り気味なの。ダイエットしなくちゃ。

Dạo này tôi hình như mập lên. Tôi phải ăn kiêng thôi.

＊ Những ví dụ khác thường được dùng là 風邪気味だ・下がり気味だ.

4) **～づらい**

Diễn đạt việc khó "～" về mặt tình cảm hay khả năng.

① 忙しそうなので、手伝ってくださいとは言いづらかったんです。
Anh ấy có vẻ bận vì vậy thật khó để mở lời nhờ anh ấy giúp một tay.

② 大量の数字は人間には扱いづらいので、計算を任せるためにコンピューターが開発されたのである。
Con người khó có thể xử lý những con số lớn nên máy tính đã được phát minh để giao phó việc tính toán.

5) **～だらけ**

Diễn tả trạng thái lan rộng những điều không mong muốn trên tổng thể.

① このカバンは傷だらけだ。
Cái cặp này đầy vết xước.

② この部屋は長い間人が住んでいなかったため、部屋の隅がほこりだらけだ。
Vì căn phòng này đã lâu không có người ở nên góc phòng bám đầy bụi.

③ 政府が出した改革案は問題だらけだ。
Đề án cải cách mà chính phủ đưa ra đầy rẫy vấn đề.

6) **～っぽい**

Cảm nhận, nhìn thấy giống như "～".

① 今朝から熱っぽい。
Từ sáng đến giờ tôi có cảm giác cứ như bị sốt.

② もう大人なんだから、子どもっぽい話し方はやめなさい。
Anh đã là người lớn rồi nên hãy bỏ cách nói chuyện như con nít đi.

7) **～向きだ／向きに／向きの**

Diễn đạt việc phù hợp với một đối tượng nào nó.

① 彼の性格は政治家向きだ。
Tính cách của anh ấy hợp làm một chính trị gia.

② この家は高齢者向きに作られている。
Tòa nhà này được xây dựng phù hợp cho người cao tuổi.

8) **～向けだ／向けに／向けの**

Diễn đạt việc người sử dụng, mục đích sử dụng của một thứ nào đó được giả định.

① 吉田さんは放送局で子ども向けの番組を制作している。
Anh Yoshida đang sản xuất chương trình dành cho thiếu nhi tại đài truyền hình.

② このパンフレットは外国人向けに、分かりやすい日本語で書かれています。
Tờ quảng cáo này được viết bằng tiếng Nhật rất dễ hiểu dành cho người nước ngoài.

4. Biểu hiện thái độ, tình cảm chủ quan khi phát ngôn.

4-1 Rủ rê, đề xuất.
1) **～（よ）うではないか**
Biểu thị tâm trạng mời rủ, đề xuất với đối phương.

① どの会社もやらないなら仕方がない。わが社が引き受けようではないか。
Nếu không công ty nào làm thì chẳng giải quyết được gì cả. Công ty chúng ta nhận nhé.

② まず、彼の言うことを聞こうではないか。
Trước hết, hãy nghe anh ấy nói đã.

4-2 Phủ định từng phần trong khi tránh việc khẳng định.
1) **～とは限らない** ＝ いつも～であるとは言えない、～ではない可能性もある
Không thể nói lúc nào cũng là "～", nhưng cũng có khả năng không phải là "～".

① お金持ちが幸せだとは限らない。
Không hẳn giàu có là hạnh phúc.

② どの学習者にも日本語の発音がやさしいとは限らない。
Không hẳn phát âm tiếng Nhật dễ đối với tất cả mọi người học.

2) **～ないとも限らない** ＝ ～である可能性もある
Cũng có khả năng là "～".

① 世界的な食糧危機が起こらないとも限らない。
Cũng có khả năng xảy ra khủng hoảng thực phẩm trên toàn cầu.

② いい就職先が見つからないとも限らないから、まじめに努力を続けるべきだ。
Vì vẫn có khả năng tìm được chỗ làm tốt nên phải tiếp tục nghiêm túc cố gắng.

3) **～なくはない／～ないことはない** ＝ ～ではないとは言い切れない
Không thể nói chắc không phải là "～".

① この計画に問題があると考えられなくはない。
Không phải là không nhận ra kế hoạch này có vấn đề.

② この漫才コンビはおもしろくなくはない。しかし、他にもっとおもしろいコンビがいる。
Không hẳn đôi nghệ sĩ hài này không thú vị. Nhưng mà còn có những đôi hài khác thú vị hơn.

③ 彼女の料理はおいしくないことはない。
Không hẳn là món ăn của cô ấy không ngon.

4-3 Phủ định chắc chắn một phần.
1) **～のではない**
Phủ định nội dung của "～".

① A：彼が財布を盗んだのですか。（「誰かが財布を盗んだ」ことは分かっている）
B：いいえ、彼が財布を盗んだのではありません。他の人が盗んだのです。

　　　　A：Anh ta đã trộm ví à? (Biết việc "ai đó đã trộm ví")

　　　　B：Không, không phải anh ta trộm ví. Là người khác.

2） **～はしない**

　　Diễn đạt việc không làm "～" nhưng sẽ làm những việc có liên quan với nó.

　① その本を買いはしなかったが、おもしろそうだったので、図書館で借りて読んだ。
　　Sách đó thì tôi đã không mua nhưng nó có vẻ hay nên tôi đã mượn của thư viện để đọc.

　② 彼女はあまり多くのことを話しはしないが、話し方は上手だ。
　　Cô ấy không hay nói nhiều nhưng cách nói chuyện rất giỏi.

4-4　Diễn đạt sự phủ định mạnh mẽ.

1） **～わけがない** ＝ **～はずがない**

　　Phủ định mạnh mẽ nội dung của "～" = không thể nào "～". 「～っこない」cũng được dùng trong văn phong thân mật.

　① こんないい天気なのだから、雨が降るわけがない。
　　Thời tiết đẹp thế này có lý nào trời lại mưa được.

　② ケーキが大好きな洋子さんが、この店のこのケーキのことを知らないわけがない。
　　Người rất thích bánh ngọt như chị Yoko thì không thể nào lại không biết bánh của tiệm này được.

　③ この問題はかなり難しい。彼女には解けっこないよ。
　　Bài này khá là khó. Cô ấy không thể nào giải được đâu.

2） **～ようがない** ＝ **～する方法がない**

　　Không có cách nào để làm "～".

　① 断水になると、料理のしようがない。
　　Nếu bị mất nước thì không có cách nào nấu ăn được.

　② 毎日10km歩いて学校に通っている彼はすごいとしか言いようがない。
　　Tôi chỉ có thể nói rằng thật đáng kinh ngạc đối với người mỗi ngày đi bộ 10km đến trường như anh ấy.

3） **～どころではない** ＝ **～の（する）時間的・心理的余裕がない**

　　Không có dư dả thời gian, tâm lý làm "～".

　① 今日はパーティーの準備で忙しくて、美容院に行くどころではなかった。
　　Hôm nay tôi chuẩn bị cho bữa tiệc rất bận nên không đi đến tiệm làm đẹp được.

　② A：今晩一緒にご飯食べない？

　　B：ごめんね。明日試験があって、それどころじゃないのよ。

　　A：Tối nay cùng ăn cơm nhé?

　　B：Xin lỗi nha. Ngày mai thi rồi nên không thể được.

4-5 Diễn tả cảm xúc rằng chuyện đó không đáng gì.

1) 〜にすぎない ＝ 〜はたいしたことではない

= chỉ là "〜".

① 私は一人の学生にすぎませんが、一応専門的な知識は持っています。
Tôi chỉ là một sinh viên nhưng đại khái cũng có những kiến thức về chuyên môn.

② 今回明らかになったのは問題全体の一部にすぎない。
Những điều được làm rõ lần này chỉ là một phần của toàn bộ vấn đề thôi.

4-6 Nêu khả năng.

1) 〜かねない ＝ 〜する危険がある

Có nguy cơ/ khả năng "〜".

① 今回の首相の発言は外国に誤解を与えかねない。
Phát ngôn lần này của thủ tướng có khả năng gây hiểu lầm đối với nước ngoài.

② これ以上景気が悪くなると、失業者が大量に生まれかねない。
Nếu tình hình kinh tế tiếp tục xấu hơn hiện tại thì có nguy cơ sẽ sinh ra nhiều người thất nghiệp.

2) 〜かねる

Diễn đạt việc muốn làm "〜" nhưng không thể.

① 彼女の言うことは理解しかねる。
Không thể hiểu nổi điều cô ấy nói.

② ご依頼の件はお引き受けしかねます。
Chúng tôi xin lỗi nhưng chúng tôi không thể tiếp nhận lời đề nghị của ông được.

4-7 Nêu lên tâm trạng của mình một cách mạnh mẽ.

1) 〜ずにはいられない／ないではいられない

Diễn tả tâm trạng dù sao cũng muốn làm "〜".

① お酒を飲んで楽しくなって、歌を歌わずにはいられなかった。
Uống rượu vào thấy hào hứng nên không thể không hát một bài.

② ダイエット中でも、おいしそうなケーキを見ると食べないではいられない。
Dù đang ăn kiêng, nhưng nếu nhìn thấy bánh ngọt có vẻ ngon thì không thể không ăn một miếng.

2) 〜てしょうがない／てしかたがない

Diễn đạt tình cảm hay trạng thái "〜" đến mức không thể chịu đựng nổi.

① のどが渇いて、水が飲みたくてしょうがなかった。
Khát quá nên muốn uống nước chịu không nổi.

② 冷房が壊れているので、暑くてしかたがない。
Máy lạnh hỏng rồi nên nóng không chịu được.

3) ～てならない

Diễn đạt tình cảm, trạng thái "～" thường trực. Được dùng cùng các động từ mang nghĩa tâm trạng đó diễn ra một cách tự nhiên.

① ふるさとのことが思い出されてならない。
Da diết nhớ về quê hương.

② 彼の言っていることには嘘があるような気がしてならない。
Tôi cứ có cảm giác có sự giả dối trong điều anh ấy nói.

4) ～ほかない

Biểu đạt tâm trạng không còn cách nào khác vì không có sự lựa chọn nào ngoài "～".

① 締切りまで時間がないので、とにかく今、分かっていることを論文に書くほかない。
Vì từ giờ cho đến hạn cuối không còn thời gian nữa, nên bây giờ chỉ còn cách viết hết những điều đã nắm vào luận văn.

② 今は手術が無事に終わることを祈るほかありません。
Bây giờ chỉ còn cách cầu nguyện cho cuộc phẫu thuật kết thúc bình an vô sự.

4-8 Diễn tả tâm trạng nghi vấn.

1) ～かしら

Diễn đạt việc có nghi vấn với "～". Chủ yếu được nữ giới sử dụng.

① 今日は道路が込んでるわね。バス、時間通りに来るかしら。
Hôm nay đường phố đông quá nhỉ. Xe buýt có đến đúng giờ không nhỉ.

② あれ、財布がない。どこに置いたのかしら。
Ủa, không có ví. Mình để ở đâu rồi nhỉ.

4-9 Nêu cùng với tiêu chuẩn phán đoán.

1) ～からいうと・～からして／からすると／からすれば・～からみると／みれば／みて／みても ＝ ～という点から考えると、～という点から考えても

Nếu nghĩ từ quan điểm "～" thì, dù nghĩ từ quan điểm "～" thì cũng.

① 立地条件からいうと、この家は最高だ。
Nếu xét điều kiện vị trí thì căn nhà này là tuyệt nhất.

② 彼は服装からして、学校の先生には見えない。
Nếu xét từ trang phục thì trông anh ấy không giống giáo viên gì cả.

③ 子どもの立場からすると学校の週休二日制はいいことだが、親にとってはそうではない。
Nếu xét trên lập trường của trẻ em thì chế độ nghỉ 2 ngày cuối tuần của trường là tốt, nhưng đối với bố mẹ thì không phải vậy.

④ 国家的非常事態の際の日本政府の対応は、先進国の基準からみて、かなり劣っていると言える。
Ứng phó của chính phủ Nhật Bản trong các tình hình bất thường cấp quốc gia, nếu nhìn từ tiêu chuẩn của các nước tiên tiến thì có thể nói là khá kém.

4-10 Nói về một tình trạng, trạng thái.

1) **～かのようだ**　＝　～であるように見える／感じられる

   Nhìn thấy/cảm thấy như là "～".

   ① この辺りの道は複雑で、迷路に入ってしまったかのようだ。

   Những con đường ở khu vực này khá phức tạp, cảm giác như là chúng ta đã lạc mất vào mê cung.

   ② 一面にひまわりの花が咲いていて、その部分が燃えているかのようだ。

   Hoa hướng dương nở kín cả một mặt, cảm giác như phần đó đang rực cháy.

2) **～ものがある**

   Diễn đạt có việc, điều gì đó đặc biệt trong việc làm "～".

   ① 彼の絵には見る人の心を強く動かすものがある。

   Tranh của anh ấy có gì đó làm lay động mạnh mẽ tâm hồn người xem.

   ② 2、3歳の子どもの成長の早さには目を見張るものがある。

   Sự lớn lên nhanh chóng của đứa trẻ 2, 3 tuổi có gì đó khiến ta thấy kinh ngạc.

3) **～一方だ**

   Nhấn mạnh trạng thái trở nên "～" nhanh chóng. Trong vế "～" dùng động từ diễn tả sự thay đổi ở thể từ điển.

   ① 今のライフスタイルを変えないかぎり、ごみは増える一方だ。

   Chừng nào không thay đổi lối sống hiện tại thì rác thải sẽ ngày càng tăng lên.

   ② 経済のグローバル化にともない、企業同士の競争は激しくなる一方である。

   Cùng với sự toàn cầu hóa về kinh tế thì việc cạnh tranh giữa các doanh nghiệp sẽ ngày càng khắc nghiệt hơn.

4-11 Nêu lên một cách chắc chắn.

1) **～にきまっている**

   Diễn đạt việc chắn chắn về "～". Tuy nhiên, dù không có căn cứ chính xác cũng có thể dùng.

   ① 山本さん、得意先からまだ帰ってこないの？　遅いね。

   …またどこかでコーヒーでも飲んでるにきまってるよ。

   Chị Yamamoto vẫn chưa từ chỗ khách hàng về à? Chị ấy trễ quá nhỉ.

   Chắc lại đang ngồi uống cà phê ở đâu đó rồi đấy.

2) **～に相違ない**

   Diễn tả việc chắc chắn "～" = ～に違いない có thể sử dụng cho cả những trường hợp không có căn cứ, nhưng lại mang mức độ chắc chắn yếu hơn so với「～にきまっている」.

   ① 環境破壊は人間の身勝手な行動の結果に相違ない。

   Môi trường bị phá hoại chắc chắn là kết quả của hành động ích kỉ của con người.

4-12 Nêu lên sự phán đoán về việc cần thiết, không cần thiết, nghĩa vụ.

1）〜ことだ

Nêu phán đoán rằng để thực hiện mục đích thì "〜" là quan trọng nhất.

① 自分が悪かったと思うなら、まず素直に謝ることだ。
Nếu hiểu bản thân đã sai thì trước tiên nên thành thật xin lỗi.

② 料理上手になるためには、とにかくおいしいものを食べて味を覚えることだ。
Để trở nên giỏi nấu ăn thì đầu tiên phải ăn các món ngon và nhớ mùi vị của nó.

2）〜ことはない

Nêu phán đoán rằng "〜" là không cần thiết.

① 今日の試合に負けたからって、がっかりすることはないよ。次で頑張ればいいんだから。
Không cần phải thất vọng vì chúng ta đã thua trận hôm nay đâu. Lần sau cố gắng là được.

3）〜必要がある／〜必要はない

Nêu phán đoán rằng "〜" là cần thiết / không cần thiết.

① 多くの野菜は水だけではうまく育たない。定期的に肥料を与える必要がある。
Nhiều loại rau không thể phát triển tốt nếu chỉ có nước. Cần thiết phải bón phân định kỳ nữa.

② この時計は太陽電池で動いていますので、電池を交換する必要はありません。
Chiếc đồng hồ này hoạt động bằng pin mặt trời nên không cần thiết phải thay pin.

③ 手術の必要がありますか。
…いいえ、その必要はありません。薬で治療できます。
Có cần thiết phải phẫu thuật không?
Không, không cần thiết làm vậy. Có thể trị liệu bằng thuốc.

4）〜には及ばない

Nêu phán đoán rằng không cần thiết phải làm "〜".

① お忙しいでしょうから、わざわざ来ていただくには及びません。
Vì chắc anh cũng bận nên không cần thiết phải cất công đến đâu.

② この本は高いので買うには及びません。必要なところをコピーしてください。
Quyển sách này đắt nên không cần thiết phải mua đâu. Hãy phô tô những phần cần thiết thôi.

4-13 Truyền đạt tình cảm, cảm xúc đang mang mạnh mẽ.

1）〜かぎりだ

Diễn tả cảm xúc cực kỳ "〜".

① 渡辺さんは夏休みに夫婦でヨーロッパへでかけるらしい。うらやましいかぎりだ。
Tôi nghe rằng anh chị Watanabe sẽ sang châu Âu nghỉ hè cả hai vợ chồng đấy. Thật ghen tỵ quá đi!

② 楽しみにしていた同窓会が地震の影響で中止になってしまった。残念なかぎりだ。
　　Buổi họp lớp mà tôi hằng mong chờ bị hủy vì ảnh hưởng của trận động đất. Thật là đáng tiếc!

2) ～といったらない

Diễn tả cảm xúc "～" đến mức không thể biểu đạt bằng lời.

① 恋人と結婚式を挙げたときの感激といったらなかった。
　　Thật không thể nào diễn tả hết sự xúc động của tôi khi cùng người yêu tiến hành lễ cưới.
② 大勢の人がいるところで転んでしまった。恥ずかしいといったらなかった。
　　Tôi đã té ngã ở nơi đông người. Thật không có lời nào tả hết tôi đã xấu hổ làm sao.

3) ～ことか

Dùng cùng với「どんなに／何度」, diễn tả cảm xúc mạnh mẽ muốn được thấu hiểu.

① あなたと再会できる日をどんなに待ったことか。
　　Mình đã mong chờ ngày được gặp lại cậu đến nhường nào!
② 漢字が書けるようになるまでに、何度練習したことか。
　　Mình đã phải luyện tập biết bao nhiêu lần cho đến khi có thể viết được chữ Hán!

4-14　Yêu cầu việc xác nhận, nhận thức.

1) ～じゃないか

Nhắc nhở đối phương, khiến cho nhận ra "～".

① 太郎、水道の水が出しっぱなしじゃないか。早く止めなさい。
　　Taro, không phải con đang mở nước để chảy mãi sao. Mau đóng lại đi!
② 田中さん、顔色が悪いじゃないですか。だいじょうぶですか。
　　Anh Tanaka này, trông sắc mặt của anh không tốt. Anh có ổn không vậy?

5. Diễn đạt việc một động tác hay hiện tượng nào đó đang ở trạng thái nào trong tiến trình thời gian.

1) ～かける

Diễn đạt việc ngay trước khi bắt đầu "～". Phần lớn diễn tả việc đó trong thực tế đã không được thực hiện.

① 電話がかかってきたとき、私は眠りかけていた。
　　Lúc điện thoại gọi đến tôi đang bắt đầu thiếp ngủ.
② 彼は何か言いかけたが、何も言わなかった。
　　Anh ấy hình như sắp nói gì đó nhưng rồi lại không nói gì cả.

2) ～かけの～

Đã làm "～" một chút "～" rồi.「～は～かけだ」＝ "～" đang làm "～" được một chút "～" rồi.

① 机の上に食べかけのリンゴが置いてあった。
　　Trên bàn có quả táo đã bị ăn dở.

② 机の上のリンゴは食べかけだ。
Quả táo trên bàn là đang bị ăn dở.

3) **〜つつある**

Diễn đạt việc gì đó đang trong quá trình biến đổi.

① 池の氷が溶けつつある。
Băng trên hồ đang dần tan ra.

② 日本の人口は少しずつ減少しつつある。
Dân số Nhật Bản đang dần giảm sút.

4) **〜ぬく** = 最後まで〜する

Làm "〜" đến cuối cùng.

① 仕事を引き受けたら、最後までやりぬくことが必要だ。
Khi đã nhận công việc thì cần phải làm hết đến cuối cùng.

② 彼は政治犯として逮捕され、つらい生活を強いられたが、見事にその生活に耐えぬいた。
Ông ấy bị bắt vì là tội phạm chính trị và bị buộc phải chịu cuộc sống khổ cực nhưng vẫn chịu đựng đến cùng một cách tuyệt vời.

5) **〜つくす** = 全部〜する

Làm tất cả "〜".

① 彼女は会社の不満を言いつくして退職した。
Cô ấy sau khi nói hết những bất mãn đối với công ty thì đã xin thôi việc.

② 彼は親が残してくれた800万円を半年で使いつくしてしまった。
Anh ấy đã tiêu sạch 8 triệu yên bố mẹ để lại trong vòng nửa năm.

6) **〜ている最中** = ちょうど今〜している

Vừa đúng lúc bây giờ đang làm "〜".

① 今、旅行の準備をしている最中だ。
Bây giờ, ngay lúc chúng tôi đang chuẩn bị cho chuyến du lịch đây.

② 晩ご飯を作っている最中に彼女から電話がかかってきた。
Ngay lúc đang nấu cơm tối thì có điện thoại từ cô ấy gọi đến.

文法担当　Phụ trách ngữ pháp
　　庵功雄（Isao Iori）　　　高梨信乃（Shino Takanashi）　　　中西久実子（Kumiko Nakanishi）
　　前田直子（Naoko Maeda）

執筆協力　Cộng tác viết
　　亀山稔史（Toshifumi Kameyama）　　澤田幸子（Sachiko Sawada）　　新内康子（Koko Shin'uchi）
　　関正昭（Masaaki Seki）　　　　　　田中よね（Yone Tanaka）　　　　鶴尾能子（Yoshiko Tsuruo）
　　藤嵜政子（Masako Fujisaki）　　　 牧野昭子（Akiko Makino）　　　　茂木真理（Mari Motegi）

編集協力　Cộng tác biên tập
　　石沢弘子（Hiroko Ishizawa）

ベトナム語翻訳監修　Chịu trách nhiệm bản dịch tiếng Việt
　　五味政信（Masanobu Gomi）

ベトナム語翻訳　Biên dịch tiếng Việt
　　Ngô Quang Vinh

イラスト　Hình minh họa
　　佐藤夏枝（Natsue Sato）

本文レイアウト　Trình bày
　　山田武（Takeshi Yamada）

編集担当　Biên tập
　　井上隆朗（Takao Inoue）

みんなの日本語　中級Ⅱ
翻訳・文法解説　ベトナム語版

2016年2月26日　初版第1刷発行
2020年1月23日　第3刷発行

編著者　株式会社　スリーエーネットワーク
発行者　藤嵜政子
発　行　株式会社　スリーエーネットワーク
　　　　〒102-0083　東京都千代田区麹町3丁目4番
　　　　トラスティ麹町ビル2F
　　　　電話　営業　03（5275）2722
　　　　　　　編集　03（5275）2726
　　　　https://www.3anet.co.jp/
印　刷　倉敷印刷株式会社

ISBN978-4-88319-727-9　C0081
落丁・乱丁本はお取り替えいたします。
本書の全部または一部を無断で複写複製（コピー）することは著作権法上での例外を除き、禁じられています。
「みんなの日本語」は株式会社スリーエーネットワークの登録商標です。